योद्धा शास्त्रज्ञ

राष्ट्रपती

ए.पी.जे. अब्दुल कलाम

माधव मोर्डेकर

मेहता पब्लिशिंग हाऊस

- *या पुस्तकातील लेखकाची मते, घटना, वर्णने ही त्या लेखकाची असून त्याच्याशी प्रकाशक सहमत असतीलच असे नाही.*

YODDHA SHASTRADNYA RASHTRAPATI A. P. J. ABDUL KALAM
by MADHAV MORDEKAR

योद्धा शास्त्रज्ञ राष्ट्रपती ए.पी.जे. अब्दुल कलाम
माधव मोर्डेकर / चरित्र

© मेहता पब्लिशिंग हाऊस, पुणे.

प्रकाशक : सुनील अनिल मेहता, मेहता पब्लिशिंग हाऊस,
१९४१, सदाशिव पेठ, माडीवाले कॉलनी, पुणे – ४११०३०.

मुखपृष्ठ
संकल्पना : मेहता पब्लिशिंग हाऊस

आतील चित्रे : माया कुलकर्णी, कोल्हापूर

प्रकाशनकाल : सप्टेंबर, २००३ / मार्च, २००४ / नोव्हेंबर, २००५ / जानेवारी, २००७ / सप्टेंबर, २००७ / एप्रिल, २००८ / फेब्रुवारी, २००९ / फेब्रुवारी, २०१० / फेब्रुवारी, २०१२ / एप्रिल, २०१३ / फेब्रुवारी, २०१५ / नोव्हेंबर, २०१५ / नोव्हेंबर, २०१६ / पुनर्मुद्रण : डिसेंबर, २०१८

P Book ISBN 9788177664072
E Book ISBN 9788184986495
E Books available on : play.google.com/store/books
www.amazon.in/b?node=15513892031

ऋणनिर्देश

१. Wings of Fire
२. अग्निपंख (अनुवाद) : माधुरी शानभाग
३. राष्ट्रीय व प्रादेशिक स्तरावरील इंग्रजी व मराठी नियतकालिके

अनुक्रमणिका

प्रयोजन

२५ जुलै २००२ ! भारताचे अकरावे राष्ट्रपती म्हणून डॉ. ए. पी. जे. अब्दुल कलाम यांनी रीतसर शपथ घेऊन आपल्या पदाचा स्वीकार केला. आतापर्यंत कै. डॉ. सर्वपल्ली राधाकृष्णन या राजकीय क्षेत्राबाहेरील व्यक्तीने देशाचे सर्वोच्च पद भूषवलेले होते. डॉ. राधाकृष्णन जागतिक कीर्तीचे थोर तत्त्वज्ञ होते. डॉ. कलाम हे त्याच तोलामोलाचे थोर शास्त्रज्ञ आहेत. एक तत्वज्ञ, तर दुसरे शास्त्रज्ञ ! भारतीय परंपरेला शोभा आणणारी ही राजकारणी लोकांनी केलेली संकल्पित निवड संपूर्ण देशाला वेगळा आनंद देऊन गेली. विशेषत:, शाळकरी मुले व तरुण वर्ग अधिक आनंदित झाला. कारण स्वत: डॉ. कलाम यांना त्यांच्यापासून अधिक आशा आहेत.

कोणत्याही राष्ट्राचा इतिहास एका रात्रीत घडून येत नाही. त्या राष्ट्रातील विविध निर्मितीक्षम शक्ती निमूटपणे, आपापल्या जागी शतकांनुशतके आपले अंगीकारलेले कार्य तडीला नेत असतात. त्याचा संकलित परिणाम म्हणजेच देशाचा इतिहास! त्यातून त्या राष्ट्राची अस्मिता, स्वत:ची अशी एक संस्कृती तयार होते. जे राष्ट्र, जो देश आपल्या सांस्कृतिक परंपरांशी सतत इमान राखतो त्या देशाला कदापिही मरण येत नाही. भारताच्या इतिहासाने ते सिद्ध केलेले आहे. डॉ. अब्दुल कलामांची राष्ट्रपतिपदासाठी झालेली सर्वमान्य निवड त्या सत्याचे एक सर्वार्थाने उचित असे उदाहरणच आहे. आणि म्हणूनच आबालवृद्ध भारतीयांनी त्यांच्या देदीप्यमान, प्रत्ययकारी चरित कहाणीचा जाणीवपूर्वक वेध घेण्याची नितांत गरज आहे. या पुढच्या प्रकरणांत तसा प्रामाणिक प्रयत्न केलेला आहे.

डॉ. कलाम यांचे आत्मचरित्र व विविध नियतकालिकांतून प्रसिद्ध झालेले वृत्तांत यांचा आधार घेऊन ही चरितकहाणी तयार केलेली आहे. त्या सर्वांचे ऋण शिरावर घेतच या पुढचा लेखन-प्रवास सुरू होत आहे. चला, डॉ. कलामना सविनय सलाम करून मार्गस्थ होऊ. आलेकुम सलाम, डॉक्टरसाब !

♦

आई-वडील व कुटुंबिय

डॉ. कलाम यांचे मूळ गाव रामेश्वरम्. तामीळनाडू राज्यातील रामेश्वरम् तसे ऐतिहासिक गाव आहे. तेथील प्राचीन शिवमंदिर हिंदूंचे एक पवित्र यात्रास्थळ आहे. 'कुठे शोधिसी रामेश्वर अन् कुठे शोधिसी काशी...' या गीताची आठवण करून देणारे रामेश्वर प्रसिद्ध तीर्थस्थान आहे. गाव छोटे असले तरी त्याचे नाव अनादी कालापासून मोठे नक्कीच आहे. अशा एका इतिहासप्रसिद्ध, पुरातन, बेटवजा गावात डॉ. कलाम यांचे कुटुंब राहत होते. घरची स्थिती पिढ्यानपिढ्या व्यवस्थित होती. त्यांची मायबोली तामीळ होती. त्यांचे एकूण राहणीमान समाधानकारक होते. त्यांना कशाची उणीव भासत नव्हती. त्यांना लागणाऱ्या गरजेच्या गोष्टी कमी पडत नव्हत्या.

त्यांच्या वडिलांचे नाव जैनुलबदीन आणि आई आशियम्मा. आई-वडील दोघेही एकमेकांना सांभाळून घेणारे होते. आपल्या भरल्या घरातील प्रत्येकजण आनंदी कसा राहील याकडे त्यांचे बारीक लक्ष असे. घरची राहणी साधी होती. डॉ. कलामना आई-वडिलांचे प्रेम मिळावे तितके भरपूर मिळाले. वडील विचारी, करारी व कष्टाळू होते. आई मायाळू, कृपाळू व कनवाळू होती. मुलाबाळांचे, आल्यागेल्यांचे खुल्या मनाने स्वागत करायची घरची रीत होती. माणसांशी मिळून मिसळून राहण्याची कला त्या उभयतांना उत्तम साधलेली होती. रामेश्वरम् गावात हिंदू व मुसलमान अगदी गुण्यागोविंदाने राहत. त्या काळी दोन्ही समाजांत तसा भेदभाव आढळत नव्हता. डॉ. कलाम यांचे आई-वडील व संपूर्ण कुटुंबच धार्मिक प्रवृत्तीचे पण उदारमतवादी होते. दुसऱ्या धर्मातील चालीरीतींचा आदर करण्याइतका मोठेपणा व माणूसकी त्यांनी जपलेली होती. रामेश्वरम्च्या पवित्र, धार्मिक व श्रद्धाळू वातावरणाचा तो प्रभाव असावा कदाचित.

जनाब जैनुलबदीन दोन्ही समाजांत नाव कमावून होते. आपल्या धर्माचरणाबद्दल ते विशेष काळजी घेत. नियमितपणे नमाज पढण्यावर त्यांचा कटाक्ष होता. त्या काळात त्यांच्याकडे थोडीफार दैवी शक्तीही आहे असे सर्व गावकरी मानत.दीनदुबळ्यांसाठी, आजाऱ्यांसाठी त्यांनी केलेली अल्लाची प्रार्थना फुकट जात नाही यावर गावातील लोकांचा विश्वास होता. जमेल तेव्हा ते सामान्यांना यथाशक्ती मार्गदर्शनही करत. अशा प्रकारे, डॉ. कलाम यांना एका समर्थ, सत्प्रवृत्त, सन्मार्गी पित्याचा आणि तितक्याच प्रेमळ, परोपकारी, पापभीरु मातेचा अप्रतिम वारसा लाभला होता म्हणता येईल.

डॉ. कलामांचे कुटुंब रामेश्वरसारख्या खेडेवजा गावात आपला पोटापाण्याचा प्रश्न मध्यमवर्गीयांच्या पद्धतीने सोडवत असले तरी सामान्यत: त्यांना पैसा व शिक्षण यांची विशेष ओढ नव्हती. सुरुवातीला वडिलार्जित अशा नारळाच्या वाडीपासून मिळणाऱ्या उत्पन्नावर उपजीविका करणाऱ्या जनाब जैनुलबदीननी नंतर लाकडी नौका बांधण्याचा उद्योग सुरू केला. त्या कामात त्यांना साथ मिळाली गावातील एक ठेकेदार महंमद जलालुद्दीनची. पुढे तो त्यांचा जावईच बनला. नाव तयार होत आली आणि एक दिवस अचानक एक महाभयंकर आपत्ती ओढवली. रामेश्वरच्या समुद्रावर प्रचंड तुफान उठले. १९६४ ला झालेल्या त्या वादळाने धनुष्कोडीचा किनारा उद्ध्वस्त करून टाकला. जैनुलबदीन व जलालुद्दीन यांच्या नावेची दाणादाण उडवून त्यांच्या स्वप्नांचा चक्काचूर केला. तेथून पुढे जैनुलबदीन छोट्या बोटीतून रामेश्वरला जाणाऱ्या यात्रेकरूंची ने-आण करून घर चालवू लागले.

त्यांच्या उदारमतवादी धर्माचरणाचा लाभ त्यांना झाला. रामेश्वर मंदिराचे व्यवस्थापक त्यांच्याशी उत्तम जुळवून घेत गेले. निरनिराळ्या उत्सवांत त्यांना मानाचे पान मिळू लागले. एक धर्मनिरपेक्ष परंपरा निर्माण झाली. धर्मभेदाच्या भिंती कोसळून पडल्या. काही काळ त्यांनी ग्राम पंचायत मंडळाचे अध्यक्षपदही भूषवले. वेळप्रसंग साधून वडील छोट्या अब्दुलला आपल्या मनातील गंभीर विचार शांतपणे समजावून देत असत. डॉ. कलामांच्या बालमनावर त्यांचा योग्य तो परिणाम होत

असे, त्यांना वेगळी शक्ती मिळत असे. वडिलांची वेळोवेळची शिकवण हे बाल अब्दुलचे बलस्थान बनले.

डॉ. कलामांच्या मातोश्रीही त्यांना आदर्शवत् होत्या. त्यांनी छोट्या अब्दुलला आपल्या मायेच्या पंखांखाली घेऊन जगावर प्रेम करण्याची संथा दिली, आपलेसे करण्याचे ज्ञान दिले. 'जगा व जगू द्या...' हा पाठ त्याच्या बालमनावर नीट ठसवला. ते म्हणतात - 'माझ्या वडिलांकडून मी प्रामाणिकपणा व स्वयंशिस्त शिकलो. आईने मला जगाच्या चांगुलपणावर विश्वास ठेवायची इच्छाशक्ती दिली. माझ्या मनातील दयाभाव जोपासला...!'

माता-पित्याखेरीज त्यांच्यावर प्रभाव पडला तो त्यांचे मेहुणे जलालुद्दीन व एक लांबचा भाऊ शमसुद्दीन यांचा. स्वतः फार न शिकलेल्या जलालुद्दीनने त्यांच्याशी अप्रतिम जवळीक साधली. रामेश्वरच्या पवित्र, धार्मिक परिसरात, वातावरणात ते दोघे चांगलेच रमले. त्यांच्या वयातील अंतर आडवे आले नाही. निरनिराळ्या विषयांवर त्यांनी खल केला. ती देवाणघेवाण अब्दुलला अतिशय उपयोगी पडली. त्याच्याकडून लाभणारी प्रेरणा, मिळणारे प्रोत्साहन त्यांना चक्क दैवी वाटत राहिले. आयुष्याला आकार देणारांबद्दल सदैव कृतज्ञ का व कसे रहावे हे डॉ. कलाम जलालुद्दीनकडून वेळीच शिकले. जलालुद्दीन त्यांचा प्रेरणास्त्रोतच ठरला म्हणा हवे तर. शाळेची फारशी पुस्तके न वाचलेला जलालुद्दीन जात्याच तल्लख होता. त्याने जगाचे व आयुष्याचे पुस्तक जाणीवपूर्वक वाचलेले असल्यामुळे त्याच्याकडे असलेली माहिती विविध होती. त्याने ती मुक्त हस्ताने आपल्या बुद्धिमान मेव्हण्याला हातचे काही राखून न ठेवता दिली.

जलालुद्दीनने बाल अब्दुलच्या ज्ञानात भर घातली तर शमसुद्दीनने त्याला स्वतःच्या पायावर कसे उभे राहायचे हे शिकवले. शमसुद्दीन एक वृत्तपत्र-विक्रेता होता. रेल्वेने सकाळी येणाऱ्या रोजच्या वृत्तपत्रांचे वाटप रामेश्वरात करायचे हे त्याचे काम. छोटा अब्दुल त्याच्याकडे आलेल्या वृत्तपत्रांतील चित्रांवर नजर टाकायचा. त्यांचा मजकूर वाचण्याइतपत समज त्याला तेव्हा आलेली नव्हती. पण हळूहळू तो

शमसुद्दीनला त्याच्या कामात मदत करू लागला. शमसुद्दीननेही त्याचे काम फुकट घेतले नाही. अब्दुलला त्याचे काही ना काही पैसे दिले. डॉ. कलामांच्या पदरात पडलेली ती पहिली स्वकष्टाची कमाई होती. तिचा त्यांनी भरपूर आनंद घेतला. आजही डॉ. कलाम त्या दोघांचे ऋण मनोमन मानतात.

एका अर्थाने, डॉ. अब्दुल कलामांना लाभलेले घर, घरातील कर्तीसवरती माणसे, एकूण वातावरण त्यांच्या भविष्यकालीन कर्तृत्ववान आयुष्याला आकार देण्यास खर्‍या अर्थाने कारणीभूत ठरले यात शंका नाही.

♦

INDIA
INDIA

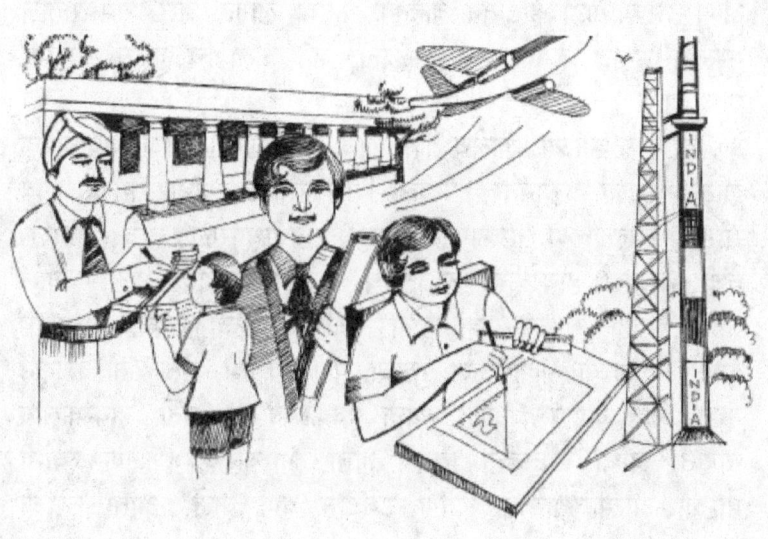

जन्म, बालपण व शिक्षण

डॉ. अब्दुल पकीर जैनुलबदीन अब्दुल कलाम यांचा जन्म १५ ऑक्टोबर १९३१ या दिवशी रामेश्वर येथे झाला. त्यांचे कुटुंब तामिळभाषिक आहे. रामेश्वरसारख्या एका खेडेगावात ते लहानाचे मोठे झाले. त्यांच्या घरात फारसे शिकलेले कोणी नव्हते. तरीही घरच्यांनी डॉ. कलामांना योग्य ते शिक्षण देण्यात कसूर केली नाही. योग्य वेळी त्यांना शाळेत, हायस्कूलात, कॉलेजात पाठवले. त्यांच्या शिक्षणाची आबाळ केली नाही.

रामेश्वर तसे सनातनी प्रवृत्तीचे गाव होते. तेथील प्रख्यात शिवमंदिराला भेट देण्यासाठी संपूर्ण देशातून यात्रेकरू येत असत. साहजिकच, देवालयातील पूजा, अर्चा, धार्मिक विधी पार पाडणाऱ्या कट्टर ब्राह्मणांची संख्या भरपूर होती. त्या काळचे एकूण वातावरण नक्कीच सोवळे होते. रामेश्वरला भेट देणाऱ्या हिंदू भाविकांची ने-आण करण्यासाठी होडीतून वाहतूक करावी लागत असे. रामेश्वरातील मुस्लीम समाज ते काम करत होता. डॉ. कलामांचे कुटुंब त्यापैकी एक होते.

डॉ. कलामांच्या शालेय शिक्षणाचा श्री गणेशा तेथील प्राथमिक शाळेत झाला. त्यानंतर, पुढील शिक्षणासाठी त्यांना रामेश्वर गाव सोडून जिल्ह्याच्या ठिकाणी म्हणजे रामनाथपूरला जावे लागले. तेथील श्वार्ट्झ हायस्कूलमध्ये त्यांचे नाव घालण्यात आले. आई-वडील, मेहुणे, भाऊ-बहिणी या सर्वांचा पाठिंबा त्यांना मिळाला. बाल अब्दुलच्या बुद्धिमत्तेवर त्यांचा पूर्ण विश्वास होता. तो शिकून नक्की नाव कमावेल अशी त्यांची पक्की धारणा होती. हायस्कूलात गणित त्यांचा आवडता विषय होता. माध्यमिक शिक्षण त्यांनी मोठ्या आत्मविश्वासाने आणि उमेदीने पूर्ण केले. आता त्यांची

नजर महाविद्यालयीन शिक्षणावर खिळली. त्या करता ते तिरूचिरापल्लीच्या सेन्ट जोसेफ कॉलेजात दाखल झाले. तेथून त्यांनी बी. एस्सी. ची पदवी प्राप्त करून घेतली. दिवसेंदिवस त्यांच्या आकांक्षा वाढतच होत्या. 'सदैव पुढे जायचे' हा त्यांचा बाणा होता. त्यांच्या सुदैवाने त्यांना घरच्यांचे पाठबळही मिळत राहिले.

बी.एस्सीचा अभ्यासक्रम पूर्ण केल्यानंतर त्यांना व्यावसायिक अभ्यासक्रम निवडायचा होता. त्या क्षणी त्यांना अभियांत्रिकी, पारंगत होणे अधिक महत्त्वाचे वाटले. त्या दृष्टीने त्यांनी प्रतिष्ठाप्राप्त मद्रास इन्स्टिटयूट ऑफ टेक्नॉलॉजी (MIT) या संस्थेत प्रवेश मिळण्यासाठी अर्ज केला. गुणवत्तेच्या बळावर त्यांची प्रवेशासाठी निवडही झाली. पण ते उच्च शिक्षण तसे स्वस्त नव्हते. त्यासाठी पैशाची गरज होती. त्यासाठी, त्यांच्या भगिनी - जोहराबेगम - पुढे सरसावल्या. त्यांनी आपल्या सोन्याच्या बांगड्या व इतर दागिने गहाण ठेवून पैसे उभे केले. कलामांच्या प्रवेशाचा प्रश्न सुटला. आपल्या अंगभूत असाधारण बुद्धिमत्तेच्या बळावर अब्दुल कलामांनी एम् आय टीचा तीन वर्षांचा अभ्यासक्रम यशस्वीपणे पूर्ण केला. नंतर त्यांना बंगलोरच्या हिंदुस्थान एरोनॉटिक्स लिमिटेड (HAL) येथे प्रशिक्षणार्थी म्हणून सेवा करावी लागली. १९५८ मध्ये, त्यांच्या पदरात एरोनॉटिकल इंजिनियरिंगची पदवी पडली. त्यांनी व त्यांच्या परिवाराने उराशी बाळगलेले एक दीर्घकालीन स्वप्न साकार झाले. अगदी लहानपणापासूनच त्यांची नजर अंतराळात झेप घेण्यावर लागलेली होती. अखेर त्या जीवापाड जतन केलेल्या ध्येय स्वप्नाची पूर्तता झाली.

आज डॉ. अब्दुल कलाम ७० वर्षांचे आहेत. या सत्तरीची जडणघडण नीट होत गेली त्याचे बहुतांश श्रेय त्यांच्यावर बालवयात झालेल्या सुसंस्कारांकडे जाते. घरात आई-वडील, भाऊ-बहीण, इतर नातलग; शाळेत गुरुजन, गावात वातावरण, समाजांत चालीरीती या साऱ्यांनी त्यांच्यासाठी चोख योगदान केले, त्यांना योग्य

वळण लावले.

या आधी सांगितल्याप्रमाणे कुटुंबातच त्यांना ते बाळकडू मिळाले. नंतर भेटले एकापेक्षा एक गुणी, उदार, विद्यार्थीहितदक्ष शिक्षक. त्यांच्याविषयी डॉ. कलाम आजही भरभरून बोलतात, नतमस्तक होतात. धन्य तो शिष्य, धन्य ते गुरुजन!

रामेश्वरच्या प्राथमिक शाळेतील एका नव्या शिक्षकांनी एक मुसलमान म्हणून त्यांना दिलेली वागणूक निःसंशय लाज वाटेल अशी होती. त्या अपमानावर शिवमंदिराचे मुख्य पुजारी श्री. लक्ष्मणशास्त्रींनी लागलीच जोरदार फुंकर घालून ती आग विझवली म्हणून बरे झाले, नाहीतर अब्दुल कलाम यांच्या नयनमनोहर शैक्षणिक कळीचे बहारदार फुलात रूपांतर झालेही नसते. रामेश्वरसारख्या लहान गावात जातिभेदांना समजून उमजून थारा मिळत नव्हता. सगळीकडे गोडीगुलाबी सुखेनैव नांदत होती.

सायन्स शिकवणाऱ्या श्री. शिवसुब्रमणिया अय्यरनी तर बेहद्द कमालच केली. कर्मठ, सनातनी ब्राह्मण असूनही त्यांनी आपल्या या मुसलमान विद्यार्थ्याला किंचितही कमी लेखले नाही. चक्क त्याला आपल्या घरात बोलावून घेऊन आपल्या पंगतीला बसवले. आपल्या बायकोचा असलेला विरोध त्यांनी मोठ्या खुबीने मोडून काढला. नंतरच्या खेपेत स्वतः त्यांच्या पत्नीने बाल अब्दुलचे आदरातिथ्य केले. याला म्हणतात अस्सल पुरोगामित्व! श्री. अय्यरांनी त्या कोवळ्या वयातच छोट्या कलामांच्या मनोभूमीत वेगळ्या महत्त्वाकांक्षांची बीजे रूजवली, पुढे नियतीने त्यांची सुरेख मशागत केली.

प्राथमिक शाळेत श्री. अय्यर गुरूजी तर माध्यमिक शाळेत श्री. इयादुराई सालोमन यांच्या सहवासात अब्दुल अधिकाधिक फुलत, मोहरत गेला. त्यांनी त्याचा आत्मविश्वास, त्याची अस्मिता जागवली. त्याला त्याच्या जन्मजात बुद्धिमत्तेची, अभिजात कौशल्यांची, असाधारण प्रयत्नशीलतेची सतत जाणीव करून दिली.

गणिताचे शिक्षक श्री. रामकृष्ण अय्यरांनीही त्याच्यातील स्फुल्लिंग

चेतवला. तो मोठा होऊन खूप यश मिळवेल आणि पर्यायाने शाळेची, गुरुजनांची कीर्ती दूरवर पोचवेल अशी ग्वाही दिली. त्या निरपेक्ष प्रोत्साहनांचे योग्य ते चीज झाले. तरुण अब्दुल कलाम जात्याच एक गुणी, अभ्यासू, मेहनती विद्यार्थी असल्यामुळे चाणाक्ष, जातिवंत शिक्षकांचे लक्ष त्यांच्याकडे चटकन जात असे. त्यांच्या महाविद्यालयांतील प्राध्यापकही त्याला अपवाद नव्हते. सेंट जोसेफ कॉलेजातील त्यांचे रेक्टर, फादर सिक्वेरा, तर खऱ्या अर्थाने त्यांचे 'पालक' बनले. डॉ. कलामांना आजही त्यांची आठवण आहे. प्रा. अय्यंगार, प्रा. सूर्यनारायण शास्त्री, प्रा. चिन्ना दुराई, प्रा. कृष्णमूर्ती यांचा विसर त्यांना पडावा म्हटले तरी आजही पडत नाही.

एम आय टी मधील प्रा. स्पाँडर, प्रा. पंडलाई व प्रा. नरसिंह राव या तिघांच्या व्यक्तिमत्त्वाचा पुरेपूर प्रभाव त्यांच्यावर पडला. प्रा. स्पाँडरांनी त्या काळी दिलेला सल्ला त्यांना आजही लाखमोलाचा वाटतो. त्या प्रत्येकाने त्यांना ज्ञानप्रवृत्त केले. त्यांच्या पाठीवर आपुलकीचा हात फिरवला. त्यांच्या कार्य कौशल्याचे कौतुक केले. त्यांना सतत प्रेरणा दिल्या. पूर्णतः निष्णात, आपापल्या विषयात तज्ज्ञ असलेल्या, अधिकार वाणीने प्रभुत्व गाजवणाऱ्या त्या प्राध्यापकांनी डॉ. कलाम यांच्या आयुष्याचे सोने केले. त्यांच्या जडणघडणीत सिंहाचा वाटा उचलला.

बालवयात कलामना तीन जिवलग मित्र मिळाले. विशेष म्हणजे ते सर्व हिंदू, सनातनी व उच्चवर्णीय ब्राह्मण होते. भिन्न भिन्न धर्म व घरातील कट्टर धार्मिक आचरण सतत वाढत गेले तरी त्यांच्यातील मैत्री अतूट राहिली. माणसाचा धर्म त्याच्या व्यक्तिगत वागणुकीच्या आड कधीही येत नसतो हे त्यामुळे दिसून आले.

प्रत्यक्षात, विज्ञान शाखेचे विद्यार्थी असूनही कलामना महाविद्यालयातील काळात इंग्रजी साहित्याचीही गोडी लागली. त्यांचे वाचनही उत्तम होते. त्याशिवाय, तत्त्वज्ञानांच्या पुस्तकांतही त्यांनी रस घेतला होता. विद्यार्थीदशेत ते चतुरस्त्र होते, बहुगुणी होते.

डॉ. कलामांचे विद्यार्थीजीवन निश्चितच समृद्ध व आशादायी होते. त्यांना यथावकाश लाभलेल्या उज्ज्वल भवितव्याची चाहूल तेव्हाच लागत होती. प्रा. स्पाँडर यांनी त्यांना मनमोकळेपणाने दिलेला निरोपादाखलचा आशीर्वाद भविष्यात पुरेपूर फळास आला, यथार्थ ठरला.

♦

संशोधनाची आस

डॉ. कलाम यांचा मूळ पिंडच संशोधकाचा होता. त्यामुळे आवश्यक ते शिक्षण, ज्ञान मिळवताच त्यांनी त्या दिशेने आपली वाटचाल सुरू केली. त्यांच्यासमोर दोन वाटा आल्या. एक होती संरक्षण मंत्रालयातील तंत्र विज्ञान विकास व उत्पादन संचालनालयाची (DTD & P) व दुसरी, भारतीय वायु दलातील सेवांची. त्यांनी दोन्हीकडे अर्ज टाकले. प्रत्यक्षात त्यांना हवी होती दुसरीकडची नोकरी. मुलाखतीसाठी दोन्हीकडून बोलावणी आली. त्याप्रमाणे ते दोन्हीकडे गेले. पहिल्या मुलाखतीत त्यांना कसलाही अडथळा आला नाही. त्यांच्या मनातील दुसरीकडे मात्र त्यांना अपयश आले. त्यांची निवड झाली नाही. तेथील व्यक्तिमत्त्वाच्या कसोट्यांना ते उतरले नाहीत. ती संधी हुकली. ते तसे निराशही झाले.

विशेष विचार न करता ते प्रथम हृषिकेशला गेले. पवित्र गंगामातेच्या जलात त्यांनी बुडी मारली. तेथील स्वामी शिवानंदांच्या मठात जाऊन त्यांची भेट घेतली. स्वतःची ओळख करून दिली. स्वामींनी त्यांच्या वर्तमान आयुष्यातील चढउतार जाणून घेतले. त्यांच्या मनीची आस समजावून घेतली आणि त्यांना धीर दिला.

'तुमच्या भविष्यात जे आहे त्याचा स्वीकार करा. पुढे चला. तुमच्या भवितव्यात काय वाढून ठेवले आहे याचा अंदाज या क्षणी करता येत नाही. मात्र नियतीने त्यावर शिक्कामोर्तब केलेले आहे हे खरे. तेव्हा आता अपयश, चिंता मागे सारा आणि कामाला लागा. तुमच्या अस्तित्वाचा खरा शोध घ्या. ईश्वराला जे मंजूर आहे तेच करा!' बस्स. त्या आश्वासक शब्दांनी कलामना धीर आला.

अब्दुल कलाम दिल्लीला परतले. संरक्षण खात्यात गेले. तेथे

त्यांच्या हातात नेमणूक पत्र पडले. लगेच दुसऱ्या दिवशी ते नोकरीत रूजूही झाली. ते साल होते १९५८. त्यांचा हुद्दा होता सीनियर सायंटिफिक असिस्टंट. मूळ पगार होता महिन्याला रु. २५०. एक नवे स्वावलंबन पर्व सुरू झाले. त्यांच्यावर विमानाचा आराखडा तयार करण्याचे काम सोपवण्यात आले. डॉ. कलाम म्हणाले - 'चला, विमान उडवायला मिळाले नसले तरी ते बनवायला मिळाले हेही नसे थोडके!' ते कामाला हिरीरीने लागले. वायुदलातील संभाव्य मनोमनीच्या सेवेचे मळभ दूर झाले. नवा प्रकाश दिसला. आपल्या इतर चार सहकाऱ्यांच्या मदतीने त्यांनी एका स्वनातीत लढाऊ विमानाचा ढाचा तयार केला. संचालक, डॉ. नीलकंठन खूष झाले. त्यांनी नवागत अब्दुल कलामांची पाठ थोपटली.

त्यापुढचे पाऊल म्हणून खात्याने त्यांना कानपूरला पाठवले. विमानाची देखभाल शिकण्यासाठी. तेथून ते परत दिल्लीला आले. आता त्यांच्याकडे 'डार्ट' या युद्धात वापरायच्या विमानाचा आराखडा सोपवण्यात आला. कलाम तीन वर्षे दिल्लीत राहिले. पुढे सरकारने बंगलोरला एक नवी संस्था सुरू केली. संस्था नव्याने सुरू झाली असल्यामुळे तेथे लगेच काम नव्हते. तिचा व्याप हळूहळू वाढला. त्यातील एक प्रकल्प होता 'हॉवरक्राफ्ट'च्या बनावटीचा. त्यासाठी एक संच निवडण्यात आला. संचालकांच्या सूचनेप्रमाणे अब्दुल कलाम त्याचे प्रमुख बनले. कलामांनी ते आव्हान एक संधी म्हणून स्वीकारले. आपल्या कल्पकतेची कुवत पारखून घेण्याचा त्यांचा प्रयत्न होता. त्या प्रकल्पाचे यश निर्विवाद क्रांतिदर्शी होते. विशेष म्हणजे त्यांच्या कामात त्यांना त्यावेळचे संरक्षणमंत्री श्री. व्ही. के. कृष्ण मेनन यांच्याकडून भरपूर उत्तेजन मिळत गेले. अर्थात, त्याचबरोबर काही वरिष्ठांकडून होणारी टीकाही सहन करावी लागली. पण कलाम किंचितही डगमगले नाहीत. हाताशी असलेल्या साधनांचा मोठ्या कौशल्याने वापर करत त्यांनी ते काम पूर्ण केले. हवेतून संचार करणाऱ्या त्या हॉवरक्राफ्टसाठी कलामनी नाव निवडले - नंदी! भगवान शंकराचे पुराणप्रसिद्ध वाहन! 'नंदी'

दिसायला तितके देखणे नव्हते. पण तेथे रूपापेक्षा क्षमतेला अधिक महत्त्व आहे हे कलामनी आपल्या सहकाऱ्यांना पटवून दिले. 'नंदी' उड्डाणाला सज्ज झाले. सुरुवातीला शंका घेणारे व नंतर, प्रोत्साहन देणारे संरक्षणमंत्रीच साक्षात उपस्थित होते. आपल्या सुरक्षा अधिकाऱ्यांचा विरोध डावलून त्या विमानाच्या मुहुर्ताच्या उड्डाणात सहभागी होण्याचे त्यांनी ठरवले. विमानाच्या यंत्राची चक्रे अब्दुल कलामांच्या हातात होती. त्यांच्या चालकत्वाबद्दल शंका घेण्यात आली. पण कलामांनी ती धुडकावून लावली. हॉवरक्राफ्टचे मशीन चालू झाले. 'नंदी'ला अब्दुल कलामनी मोठ्या डौलात आकाशात फिरवून आणले. त्यांच्या व्यावसायिक जीवनातील पहिल्यावहिल्या उड्डाणाने ते हरखून गेले. त्यांचे वरिष्ठ आनंदले. अब्दुल कलामांच्या कर्तृत्वपक्ष्याला त्या क्षणी पंख फुटले. मात्र सरकारी खाक्यांनी ते पंख छाटण्याचे पाप केले. श्री. कृष्णमेनन संरक्षण मंत्रिपदावरून खाली आले. पाठोपाठ, हॉवरक्राफ्टचा लष्करी वापरही संपुष्टात आला. अबदुल कलामना धक्का बसला. ते पुरते निराशही झाले. पण त्यांच्या बालपणाच्या संस्कारांच्या शिकवणुकींनी त्यांना अभय दिले. त्यांनी नव्या संधीची वाट पाहायचे ठरवले.

आणि तो सोन्याचा दिवस उजाडला. टाटा इन्स्टिटट्यूट ऑफ फन्डामेन्टल रिसर्च (टाटा मूलभूत संशोधन संस्था) या संस्थेचे संचालक प्रा. एम्. जी. के. मेनन 'नंदी' बद्दल माहिती घेण्यासाठी आले. ते स्वत: एक निष्णात वैज्ञानिक असल्यामुळे त्यांनी अब्दुल कलामांकडून त्या हॉवरक्राफ्टची इत्थंभूत माहिती करून घेतली. एवढेच नाही तर 'नंदी'वर स्वार होऊन ते दहा मिनिटे त्यांच्याबरोबर हवेत संचारही करून आले. जाण्यापूर्वी त्यांनी खुद्द अब्दुल कलामांचाही सखोल परिचय करून घेतला. त्या परस्पर परिचयाने अब्दुल कलाम भरपूर सुखावले. त्यांना अतोनात आनंद व समाधान वाटले.

पुढच्याच आठवड्यात इंडियन कमिटी फॉर स्पेस रिसर्च (INCOSPAR) या संस्थेकडून अब्दुल कलामना एक पत्र आले. संस्थेची स्थापना भारताच्या अवकाशांतील संशोधनाच्या संदर्भात

करण्यात आलेली होती. तिला या क्षेत्रात काम करू इच्छिणाऱ्या विशेष बुद्धिमान तरुणांची गरज होती. पत्र पाहून कलामांच्या आशा पल्लवित झाल्या. आपल्यासाठी एक नवे दार उघडले जात आहे याची सुखद जाणीव झाली. कसलाही वेगळा प्रयास न करता ते मुलाखतीसाठी सिद्ध झाले. त्यांच्यावर किंचितही मानसिक तणाव नव्हता. पूर्ण आत्मविश्वास व निःशंक मन या दोन आयुधांच्या आधाराने ते मुलाखत घेणाऱ्या थोर संशोधक डॉ. विक्रम साराभाई, प्रा. जी. के. मेनन व अणु ऊर्जा आयोगाचे सहसचिव श्री. सराफ या त्रयींसमोर उभे ठाकले. ती मुलाखत कलामना वेगळा आनंद देऊन गेली. तिने त्यांच्या स्वप्नपूर्तीला आश्वासक स्पर्श केला. कोठेतरी काहीतरी अलौकिक असे चमकून गेले. अब्दुल कलाम त्यावर अलगद तरंगत राहिले.

दुसऱ्या दिवशी संध्याकाळी त्यांच्या आसुसलेल्या हातात त्यांची निवड झाल्याचे पत्र पडले. जनाब अब्दुल कलाम भारतीय अवकाश संशोधन संस्थेत रॉकेट इंजिनियर (अग्निबाण अभियंता) बनले. त्या तरुण संशोधकाच्या आयुष्यात आलेली ती एक सुवर्णसंधी होती.

♦

NASA
INDIA

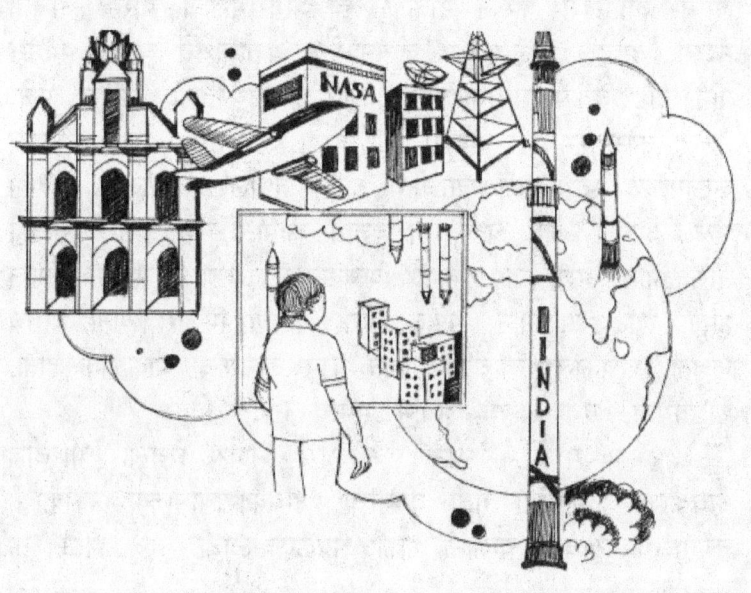

यशपूर्तीच्या दिशेने

शास्त्रीय संशोधनाच्या - विशेषत: गगनविहारी वाहनांचा ध्यास व आस लागलेल्या अब्दुल कलामांनी त्या सुवर्णसंधीवर आपल्या असामान्य बुद्धिमत्तेचा सुंदर साज चढवून तिचे सर्वार्थाने सोने केले. 'आता माघार घेणे नाही,' हे त्यांचे ब्रीद ठरले. त्यावेळी त्यांनी आपल्या वयाची नुकतीच केवळ तिशी पार केलेली होती.

डॉ. विक्रम साराभाईंच्या रूपाने अब्दुल कलामना एक अत्यंत परिपूर्ण असा विज्ञानपुरुष सापडला. मुलाखतीच्या निमित्ताने झालेले त्यांचे पहिलेवहिले दर्शन त्यांना पुरेपूर भावले. त्यांचे व आपले अनामिक नाते जन्मजन्मांतरीचे आहे अशी भावना निर्माण झाली. डॉ. साराभाईंच्या असामान्य श्रेष्ठत्वाचा त्यांना चटकन स्पर्श झाला. त्यांच्याकडून मिळालेल्या अभिजात सौजन्यशीलतेच्या उबदार स्पर्शाने त्यांना आपलेसे करून टाकले. डॉ. साराभाईंची पारख अचूक ठरली. अब्दुल कलामांच्या जीवनातील यशोगाथेचे पहिले सोनेरी पान डॉ. विक्रम साराभाईंच्या आश्वासक छायेखाली लिहिले गेले.

इन्कोस्पारमधील एकूण वातावरण, कामाची पद्धत अब्दुल कलामांच्या स्वभावाशी जुळणारी होती. तेथील प्रत्येकजण 'आपण भले, आपले काम भले' या वृत्तीने कामात गर्क होता. त्यातही उल्लेखनीय अशी बाब म्हणजे प्रत्येकजण दुसऱ्याला समान लेखत होता. खोटा अभिमान, नाहक तोरा, पदाची मिजास यांना थाराच नव्हता. प्रत्येकाला त्याच्या मर्यादेत काम करण्याची मोकळीक होती. थोडक्यात, तेथे खऱ्या अर्थाने समत्व नांदत होते.

१९६२ मध्ये, संस्थेने एक ठोस निर्णय घेतला. भारतीय अवकाश प्रकल्पांना गती देण्याचा, अवकाशयानाच्या उड्डाणाची तयारी करण्याचा. त्यासाठी एका अवकाशतळाची गरज होती. तो

उभारण्यासाठी केरळ राज्यातील थुंबा या खेड्याची निवड करण्यात आली. पूर्ण विचार करून, सगळ्या शास्त्रीय भौगालिक बाबी ध्यानात घेऊनच थुंबाला प्राधान्य मिळाले. प्रमुख कारण होते, त्याची पृथ्वीच्या चुंबकीय विषुववृत्ताशी असलेली जवळीक! भारतीय अवकाश-संशोधकांनी तयार केलेली अवकाशयाने अंतराळात पाठवण्याचा मान थुंबासारख्या एका लहान खेड्याला मिळणार होता. आजवर जगाच्या नावी-गावी नसणारे ते खेडेगाव प्रसिद्धीच्या प्रकाशझोतात येणार होते. इतर सर्व सोपस्कार पूर्ण होताच इन्कोस्पारने थुंबा येथील एका चर्चमध्ये आपले पहिले कार्यालय सुरू केले. त्या चर्चचे नाव होते सेन्ट मेरी मॅगडेलन चर्च! काय योगायोग पहा! एका धर्मस्थळाच्या आसऱ्याखाली विज्ञानाची वाढणार होणार होती. धर्म व विज्ञान यांची नकळत सांगड घातली गेली अगदी अभावितपणे. डॉ. कलाम यांच्या अंगभूत श्रद्धाभावाला त्यामुळे बळकटी आली.

आता अब्दुल कलाम त्या संशोधन क्षेत्रात स्थिर झाले. थुंबा येथील कार्यालयात सहा महिने काम केल्यानंतर त्यांच्यावर आणखी एक कामगिरी सोपवण्यात आली. त्यापुढील प्रगत संशोधनाचे ज्ञान व कौशल्ये प्राप्त करून घेण्यासाठी प्रशिक्षण आवश्यक होते. अमेरिकेच्या नॅशनल एरोनॉटिक्स ॲन्ड स्पेस ॲडमिनिस्ट्रेशन (NASA) च्या वेगवेगळ्या केन्द्रांतून ते मिळण्याची व्यवस्था होती. डॉ. कलामना त्याकरता तिकडे जाण्याची सूचना मिळाली. ती त्यांची पहिली विदेशवारी होती. ती बातमी ऐकताच संपूर्ण कलाम-परिवार हरखून गेला. त्याच्या आनंदाला पारावारच उरला नाही. साहजिकच अमेरिकेला प्रयाण करण्यापूर्वी अब्दुल कलामांना आपल्या प्रियजनांना भेटण्याची तळमळ लागली. त्याप्रमाणे ते घरी रामेश्वरला गेले. आई-वडील, भाऊ-बहीण यांना कडकडून भेटले. पोचल्या पोचल्या त्यांचे वडील त्यांना मशिदीत घेऊन गेले. पितापुत्रांनी मनोभावे अल्ला परवदिगारांची आण भाकली. यालाच म्हणतात संस्कारक्षमता! ते बळ सोबत घेऊन कलाम अमेरिकेला निघालेल्या

विमानात बसले. पोचवायला आलेल्या आपल्या परमप्रिय प्रेरकशक्तींचा, मेहुणा जलालुद्दीन व बंधू शमसुद्दीन यांचा निरोप घेताना अब्दुल कलामांच्या डोळ्यातून गंगा-यमुना खळखळून वाहू लागल्या. रामेश्वरच्या समुद्रकिनाऱ्यावरच्या वाळूत शिंपले वेचणारा अब्दुल आता अमेरिकेतील अवकाश-संशोधन शास्त्राच्या अज्ञात ज्ञानसागरातून मोती वेचण्याच्या महान कामगिरीवर निघाला होता.

माणसाला त्याच्या आवडीचे क्षेत्र मिळाले की त्याच्या आंतरिक शक्ती, त्याच्या विजिगीषु वृत्ती उफाळून वर येतात. डॉ. कलाम तर त्याचे भुकेलेच होते. 'नासा'च्या विविध केन्द्रांत त्यांनी समरसून काम केले. जेवढे काही शिकता येईल ते शिकून घेतले, आत्मसात केले. केवळ ज्ञान ग्रहण करण्यातच त्यांनी वेळ घालवला नाही. त्याला जोडून त्यांनी अमेरिकेतील लोक, त्यांची स्वभाववैशिष्ट्ये, त्यांची वृत्ती जाणून घेतली. त्या देशाने केलेल्या आधुनिक प्रगतीचा वेध घेतला. सर्वसामान्य अमेरिकनांना अधिकाधिक काय आवडते, त्यांचा स्थायीभाव कोणता आहे याचा शोध घेतला. 'आयुष्याला आव्हान मानून त्याचा मुकाबला करावा' हे अमेरिकनांचे एक जीवनसूत्र त्यांना विशेष भावले.

'नासा'तील त्यांच्या प्रशिक्षणाला प्रारंभ व्हर्जिनिया राज्यातील हॅम्पटन येथील लँग्ले रिसर्च सेंटरमध्ये झाला. तेथून ते मेरीलँडमधील ग्रीनबेल्ट येथील गोडार्ड स्पेस फ्लाईट सेंटरकडे गेले. शेवटच्या टप्प्यावर त्यांनी व्हर्जिनियाच्या पूर्व किनाऱ्यावरील वॅलॉप्स बेटावरील वॅलाप्स फ्लाईट फॅसिलिटी केन्द्र गाठले. त्या प्रशिक्षण-काळात त्यांना प्रगत अंतराळ तंत्रज्ञानाचे संशोधन व विकास, उपग्रहाच्या नियंत्रण पद्धती, अग्निबाणाची अंतराळात पाठवणी इत्यादी खूप काही शिकायला मिळाले.

डॉ. अब्दुल कलामांची छाती अभिमानाने जरूर फुगून यावी अशी एक गोष्ट त्यांच्या तेथील मुक्कामात निरीक्षणात आली. आपल्यालाही ती माहित असण्याची गरज आहे. 'वॅलॉप्स फ्लाईट फॅसिलिटीज' या केन्द्रात त्यांना एक भित्तीचित्र दिसले. त्या चित्रात

अंतराळातील संभाव्य युद्ध चितारलेले होते. त्यात अग्निबाणांचा वापर केलेला होता. विशेष म्हणजे युद्धातील लढवय्ये सैनिक कृष्णवर्णीय होते. ते पाहून अब्दुल कलामांचे कुतूहल जागे झाले. गोऱ्यांच्या देशात काळ्यांना स्थान कसे मिळाले हा प्रश्न उभा राहिला. त्यांनी त्यामागील कारण जाणून घेण्यासाठी बरीच बारीक चौकशी केली. तेव्हा त्यांना कळले की तो समरप्रसंग भारतात घडला होता. एका बाजूने ब्रिटिश तर त्यांच्या विरोधात टिपू सुलतानाचे दक्षिण भारतीय काळे सैनिक दाखवले होते. एक भारतीय योद्धा अमेरिकेतील अत्याधुनिक प्रगत अंतराळ संशोधनाच्या केन्द्रातील स्वागतकक्षाच्या भिंतीवर इतक्या सन्मानाने विराजमान झालेला पाहताना त्यांचे अंत:करण स्वदेशाभिमानाने भरून आले. स्वत: अब्दुल कलाम हे दाक्षिणात्य असल्यामुळे तर त्यात अधिकच भर पडणे स्वाभाविकच होते.

प्रशिक्षण यशस्वीपणे पूर्ण करून अब्दुल कलाम भारतात परतल्यानंतर काही दिवसांतच भारताचे पहिले अंतराळयान पृथ्वीची कक्षा ओलांडून अवकाशांत झेपावले. खरोखर तो योगायोग विलक्षणच मानावा लागेल. त्या यानाला दिलेले नाव होते - नाईके-अपाची! त्या मुहुर्ताच्या यानाच्या जुळवाजुळवीत डॉ. कलामांचा मोठा सहभाग होता. त्यांच्याच देखरेखीखाली ते काम पूर्ण झाले होते. 'नासा' येथे बनवलेले ते यान थुंबा येथील चर्चच्या इमारतीत जुळवण्यात आले होते. 'नाईके-अपाची'चे यशस्वी उड्डाण ही त्यांच्या संघाची एक अभिमानास्पद कमाई होती. डॉ. विक्रम साराभाईंनी त्या सर्वांचे मन:पूर्वक अभिनंदन केले. आता त्यांची नजर भविष्याकडे लागली. विज्ञान व तंत्रज्ञानाच्या क्षेत्रात भारताला स्वयंपूर्ण व बलशाली बनवण्याचे स्वप्न त्यांनी रंगवले होते. त्यासाठी त्यांनी आपली सर्व भिस्त अब्दुल कलाम सारख्या तरुण, उत्साही, ध्येयवेड्या, ध्यासमग्न, बुद्धिमान संशोधक व तंत्रज्ञांवर ठेवलेली होती. आपल्या स्वप्नात त्यांनी त्या सर्वांना सामावून घेतले. सगळे झपाटल्यागत कामात गढून गेले.

भारताचे सौभाग्य असे की त्यांना डॉ. विक्रम साराभाईंच्यासारखा एक कर्तृत्ववान, कार्यक्षम, द्रष्टा वैज्ञानिक प्रमुख म्हणून लाभला. त्यांची बुद्धिमत्ता, कल्पकता, नावीन्यावरची झेप विस्मयकारक होती. सर्वांत महत्त्वाचा पैलू होता जबरदस्त आत्मविश्वास आणि अप्रतिम नेतृत्वक्षमता! आपल्या हाताखालच्या नवशिक्या, नवोन्मेषशाली युवा शास्त्रज्ञांकडून काम करून घेण्याची, त्यांना प्रेरित करून वेळोवेळी प्रोत्साहन देण्याची कला त्यांना अवगत होती. डॉ. साराभाई एक प्रयोगशील, प्रभावशाली, स्वयंप्रकाशी महानायक होते. त्यांनी अब्दुल कलामांच्या ठायींचे गुण अचूक हेरले. त्यांच्याशी अभ्यासपूर्ण चर्चा व विवेचन करून त्यांना अवकाशयानाची उड्डाण यंत्रणा आणि लष्करी विमानांसाठी त्याची उपयुक्तता यावर सखोल विचार करण्याची सूचना केली. याला म्हणतात गुणग्राहकता! डॉ. कलामना त्यापेक्षा वेगळे काय हवे होते? डॉ. साराभाईंची थाप पाठीवर पडताच ते नव्या जोमाने अभ्यासाला लागले. त्या संबंधातील उपलब्ध ज्ञान अक्षरश: पिंजून काढले. डॉ. साराभाईंचा आदेश त्यांनी शिरोधार्य मानला. धन्य तो प्रेरक आणि धन्य तो प्रेरित!

आजवरच्या या क्रांतिकारी प्रगत अवकाश संशोधन कार्यात भारताला अमेरिका, फ्रान्स, रशिया या राष्ट्रांकडून अमोल असे सहकार्य लाभलेले होते. त्यांची मदत घेऊनच पुढील वाटचाल घडून येणे क्रमप्राप्त होते. डॉ. साराभाईंच्या सर्वंकष आणि समर्थ नेतृत्वाखाली ते कार्य झपाट्याने सुरू झाले. त्या दिशेने प्रयत्न करतच भारताने १९८२ च्या जुलै महिन्यात 'रोहिणी' हे आपले पहिले साऊंडिंग रॉकेट अवकाशात पाठवले. थुंबा इक्वेटोरियल रॉकेट लाँच स्टेशन उभे राहिले. अहमदाबादला फिजिकल रिसर्च लॅबोरेटरी व स्पेस सायन्स ॲन्ड रिसर्च सेंटर स्थापन करण्यात आले. भारतातील अनेक उमद्या, उत्साही व उद्योगी संशोधकांच्या कर्तृत्वाला वाव मिळाला.

साऊंडिंग रॉकेटस्नंतरची पुढची पायरी होती 'लाँचिंग रॉकेटस्' निर्माण करण्याची. त्यानंतर क्रम येणार होता 'मिसाईल्स तथा

क्षेपणास्त्रांचा'! या प्रत्येकाच्या तांत्रिक माहितीच्या तपशिलात आपण आज जाणार नाही. कारण आपले सारे लक्ष या क्षणी डॉ. अब्दुल कलाम यांच्या असामान्य आयुष्यक्रमाचा मागोवा घेण्यावर केन्द्रित झालेले आहे. या आधी सांगितल्याप्रमाणे भारतीयांची मान उंचावण्याचे या संदर्भातील काम १८ व्या शतकात म्हैसूरचा वाघ टिपू सुलतान याने केले होते. ब्रिटीशांविरुद्धच्या संग्रामात त्याने त्या काळी त्या पद्धतीची शस्त्रे तयार करून युद्धात त्यांचा वापर केला होता. दुर्दैवाने, तो धारातीर्थी पडला. विजयी ब्रिटीशांच्या सेनापतींनी ती अस्त्रे इंग्लंडला नेऊन ते तंत्रज्ञान समजून घेतले. आज २१ व्या शतकात त्या तंत्रज्ञानात कमालीची प्रगती झालेली आपण पाहात आहोत. पुढारलेले देश त्या क्षेत्रात बिलकूल मागे राहिलेले नाहीत. अमेरिका, रशिया, जर्मनी या देशांतील संशोधकांनी ते सूत्र उचलून घेऊन त्यांचा कालानुरूप विकास केला. भारतात मात्र टिपूच्या देहावसानानंतर काळाच्या उदरात ते गडप झाले. स्वतंत्र भारताच्या आधुनिक, वैज्ञानिक विचारसरणीच्या द्रष्ट्या राजकीय सत्ताधाऱ्यांनी ते नव्याने स्वीकारले आणि डॉ. भाभा, डॉ. साराभाई यांच्यासारख्या बुद्धिमान मेहनती संशोधकांची साथ मिळून पुन्हा एकदा भारत त्या क्षेत्रात जगाच्या तोडीस तोड म्हणून उभा ठाकला. विकसित राष्ट्रांनी आपापल्या तोंडांत बोटे घालून त्याचा जरूर हेवा करावा अशी वस्तुस्थिती निर्माण झाली. त्या महान, द्रष्ट्या वैज्ञानिकांच्या लखलखत्या, तेजस्वी श्रेय मालिकेत यथावकाश डॉ. ए. पी. जे. अब्दुल कलामही निश्चित चमकू लागतील अशी लक्षणे दिसू लागली. थुंबा येथील अवकाश संशोधन केन्द्रातील गतिमान, अविश्रांत कामगिरीने त्यांच्या व्यक्तिगत यशपूर्तीचा मार्ग खुला केला. साक्षात नियतीच त्यांचे बोट धरून त्यांना कीर्तीशिखराकडे नेत होती की काय कोण जाणे!

♦

कीर्ती शिखराच्या वाटेवर

डॉ. अब्दुल कलामांचे स्फूर्तिस्थान डॉ. विक्रम साराभाईच होते याची कल्पना आपल्याला आहेच. डॉ. कलामांचे व्यक्तिमत्त्व, त्यांची कुवत आणि त्यांचे कौशल्य याबद्दल डॉ. साराभाई पूर्णत: नि:शंक होते. त्याचा अंदाज अब्दुल कलामांना आलेला होता. आपल्या एकूण वागणुकीने त्यांनी त्या विश्वासाला तडा जाऊ दिला नव्हता. त्यामुळे कोणतीही नवी कल्पना वा योजना डोक्यात आली की डॉ. साराभाई अब्दुल कलामांना साद घालत हे ठरलेलेच होते. आताही तसेच घडले.

२० नोव्हेंबर १९६७ ला रोहिणी - ७५ या अग्निबाणाचे उड्डाण झाले. १९६८ मध्ये, इंडियन रॉकेट सोसायटीची स्थापना करण्यात आली. अणुऊर्जा खात्याच्या अखत्यारीत सुधारित भारतीय अवकाश संशोधन संघटना निर्माण केली गेली. इन्कोस्पारची पुनर्रचना करून तिला भारतीय राष्ट्रीय विज्ञान अकादमीच्या नियंत्रणाखालील सल्लागार - मंडळाचा दर्जा देण्यात आला. भारतातील अवकाश संशोधनाचे सर्व कार्य त्या यंत्रणांकडे सोपवण्यात आले.

भ्रमणासाठी उपग्रहांना अवकाशात सोडणाऱ्या वाहकांचे निर्माण हा डॉ. साराभाईंचा एक स्वप्नवत् प्रकल्प होता. त्या प्रकल्पाच्या प्रमुखत्वाची जबाबदारी अब्दुल कलामांच्या खांद्यांवर टाकण्यात आली. त्या संचात डॉ. वसंत गोवारीकर, श्री. कुरूप व श्री. अे. ई. मुथुनयगस या शास्त्रज्ञांचा समावेश होता. ते तिघे पहिल्या तीन टप्प्यांचे काम पाहणार होते. डॉ. कलाम यांच्याकडे शेवटचा म्हणजे चौथा टप्पा आला. ते काम तसे किचकट होते. त्यासाठी फार मोठ्या नवनवीन करामती कराव्या लागणार होत्या. कदाचित, त्यातून काही चुकाही घडण्याचा संभव होता.

एके दिवशी डॉ. साराभाईंनी प्रा. क्युरियन या फ्रेन्च शास्त्रज्ञाची डॉ. कलामांशी भेट घडवली. त्या दोघांनी कलामना त्यांच्या कामात मदत केली. प्रा. क्युरियन कलाम यांच्या कामाच्या पद्धतीवर खूष झाले. त्यांनी डॉ. साराभाईंकडे शिफारस केली 'या गृहस्थाला असल्या किरकोळ कामांत गुंतवून नका ठेऊ. त्यांना आव्हानात्मक कामे द्या. त्यांच्याकडून याहीपेक्षा उच्च दर्जाची उद्दिष्टे साध्य करून घ्या!' अब्दुल कलामांचा कामातील तडाखा व झपाटा विलक्षण होता. युरोपात ज्याला तीन वर्षे लागत ते काम डॉ. कलाम आपल्या सहकाऱ्यांकडून एका वर्षात पुरे करून घेत.

पुढे त्या प्रा. क्युरियनने आपले स्वत:चे एक काम डॉ. कलामांकडे दिले. त्यानुसार एस्. एल्. व्ही. च्या चौथ्या टप्प्यावर फेरफार करण्यात आला. दोन वर्षे खडतर कष्ट केल्यानंतर ते पूर्णही झाले. मात्र आयत्यावेळी फ्रान्सने तो प्रकल्पच रद्द केला. त्यांना त्याची गरजच वाटली नाही. त्यांच्या दृष्टीने तो चौथा टप्पाच नाकाम ठरला. डॉ. कलामांना फार मोठा धक्का बसला. त्यांच्या आजपर्यंतच्या आयुष्यात त्यांच्या वाट्याला दोन वेळा घोर निराशा आलेली होती. पहिली, भारतीय वायुदलासाठी निवड न होणे आणि दुसरी त्यांचे 'नंदी' हे विमान धूळ खात पडणे!

त्यातून डॉ. कलाम सावरले १९६९ मध्ये. त्या वर्षी, फेब्रुवारी महिन्यात प्रधानमंत्री इंदिरा गांधींनी थुंबाला भेट दिली. आंतरराष्ट्रीय अवकाश - संशोधनाला थुंबाचे केन्द्र समर्पित करण्याच्या निमित्ताने. आपल्या भेटीत त्यांनी तेथील संशोधन कार्याची अगदी लक्षपूर्वक पाहणी केली. तेथील प्रगतीबद्दल संतोष व समाधान व्यक्त केले. त्या क्षेत्रात आपला देश स्वयंपूर्ण कसा होत आहे हे प्रत्यक्ष जाणून घेतले. सर्व शास्त्रज्ञ व संशोधक यांची दिलखुलास प्रशंसा केली. रोहिणी व मेनका या अग्निबाणांची बांधणी थुंबालाच झालेली होती याबद्दल अभिमान व्यक्त केला. सर्वजण सुखावले आणि नव्या उमेदीने कामाला लागले.

इतर अनेक विषयांबरोबर डॉ. साराभाईंच्या कल्पनाविश्वात एक

वेगळी कल्पना विहरत होती. भारतीय वायुदलातील विमानांसाठी एक उड्डाण-पद्धती विकसित करण्याचा विचार त्यांच्या डोक्यात घोळत होता. जेथे धावपट्ट्यांची लांबी मूळातच कमी असते अशा हिमालयासारख्या पर्वतप्राय प्रदेशात लढाऊ विमानांचे उड्डाण अग्निबाणाच्या साह्याने करणे शक्य होईल का असा तो विचार होता. शास्त्रीय परिभाषेत तिला RATO पद्धत म्हणतात. रशियन वायुदलातील पद्धतीवर आधारित अशी ती यंत्रणा आपण आपल्या देशातच बनवू शकू याची ग्वाही त्यांनी प्रधानमंत्री इंदिरा गांधींना देऊन त्यांची संमती घेतली. अब्दुल कलामना त्या प्रकल्पाचे प्रमुख नेमले. केवळ १८ महिन्यांत तो प्रकल्प यशस्वीरीत्या पूर्ण झाला. वायुदलातील एक अधिकारी, ग्रुप कॅप्टन व्ही. एस्. नारायणन त्या काळात त्यांच्या दिमतीला होते. त्यांचे 'रोटो'वर काम चालू असतानाच आणखी एक सुखदायक घटना घडली. भारत सरकारच्या संरक्षण मंत्रालयाने क्षेपणास्त्र-निर्माणात लक्ष घालण्याचा निर्णय घेऊन त्यासाठी एक समिती नेमली. त्या मंडळावर डॉ. कलाम आणि ग्रुप कॅप्टन नारायणन यांनाही सदस्यत्व देण्यात आले. दोघेही पार हरखून गेले. आपल्या स्वत:च्या बळावर आपण क्षेपणास्त्रे निर्माण करणार ही कल्पनाच आनंददायी होती. ८ ऑक्टोबर १९७२ ला कलाम व नारायणन या दोघांनी मिळून तयार केलेल्या 'रोटो' पद्धतीचे प्रात्यक्षिक उत्तर प्रदेशातील बरेली येथील वायुदलाच्या केंद्रावर झाले. एका जेट विमानावर त्याचा प्रयोग केला गेला. प्रयोग यशस्वी झाला. देशाने एक पाऊल पुढे तर टाकलेच पण त्याचबरोबर चार कोटी रुपयांच्या परकीय चलनाची बचतही झाली. अर्थात, त्याचे सारे श्रेय डॉ. विक्रम साराभाईंचे होते. दुर्दैवाने, त्या सौभाग्य क्षणी ते स्वत: मात्र जगातून निघून गेले होते.

३० डिसेंबर १९७१ ला डॉ. विक्रम साराभाईंचे दु:खद निधन झाले. कसलीही पूर्वसूचना न मिळता झालेला तो एक प्रचंड आघात होता सर्वांसाठी काळ किती कठोर असतो याचा प्रत्यय डॉ. कलामना आला. काही तासांपूर्वीच त्यांच्याशी बोलून घेऊन कलामनी त्यांच्याकडून भेटीची

वेळ ठरवून घेतलेली होती. डॉ. कलामांच्या दुःखाची कल्पना कोणी करू शकतच नव्हता. १९६६ ते १९७१ या पाच वर्षांत साराभाईंनी त्यांना ज्या प्रकारे जपले, वाढवले, प्रेम व प्रोत्साहन दिले ते आपण पाहिलेले आहे. डॉ. साराभाईंच्या निधनाने अब्दुल कलाम अक्षरशः पोरके झाले. साराभाईंनी आपला वैज्ञानिक डाव अर्ध्यावरच सोडला. भारतीय विज्ञानजगताचे कधीही भरून येणार नाही इतके नुकसान झाले. म्हणूनच डॉ. कलाम म्हणतात - 'प्रा. साराभाई हे भारतीय विज्ञानक्षेत्रातील महात्मा गांधी आहेत...!' यथावकाश, भारतीय अवकाश संशोधन संस्था तथा इस्रोला डॉ. विक्रम साराभाईंचे नाव देण्यात आले. आता, तिच्या अंतर्गत आणलेले थुंबा येथील सर्व विभाग, टर्ल्स, स्पेस सायन्स ॲन्ड टेक्नॉलॉजी सेन्टर, रॉकेट फॅब्रिकेशन फॅसिलिटी, प्रापेलंट फ्यूएल कॉम्प्लेक्स, या सर्वांचे एकत्रीकरण करण्यात आलेले आहे. 'विक्रम साराभाई स्पेस सेन्टर' या नावाने ती ओळखली जाते. त्यांच्या अतुलनीय वैज्ञानिक प्रतिभेला व कल्पकतेला देशाने वाहिलेली ती एक सार्थ श्रद्धांजली आहे.

माणूस निघून गेला तरी त्याने सुरू केलेले काम त्याच्यामागून येणाराने पुढे न्यायचे, पूर्ण करायचे असते. डॉ. साराभाईंची धुरा काही काळ प्रा. एम्. जी. के. मेनन यांनी वाहिली. नंतर प्रा. सतीश धवन यांच्याकडे ते काम आले. एकत्रित केलेल्या संस्थांतून विक्रम साराभाई स्पेस सेंटर निर्माण झाले. तिचे पहिले प्रमुख डॉ. ब्रह्मप्रकाश बनले. प्रकल्पांचा व्याप दिवसेंदिवस वाढतच होता. एस्. एल्. व्ही. च्या निर्माणाचे कार्य विविधांगी व अवाढव्य होते. कित्येक विभाग, कित्येक माणसे अशी स्थिती होती. एकापेक्षा एक अनुभवी वैज्ञानिक आपापले नेमून दिलेले काम इमानेइतबारे पार पाडत होते. सर्व अनुषंगिक घटकांमध्ये सुसूत्रता आणण्याची गरज होती. केन्द्र प्रमुखांनी डॉ. कलाम यांची त्यासाठी निवड केली. ते चकितच झाले. त्यांना काहीच कळेना. नाही म्हटले तरी ते स्वतःला तशा एखाद्या जबाबदारीसाठी - विशेषतः प्रशासकीय कार्यासाठी - प्रामाणिकपणे पात्र मानत नव्हते. भाबडेपणाने त्यांनी केन्द्रप्रमुख डॉ. ब्रह्मप्रकाश यांना तसे बोलूनही दाखवले. त्यांनी

कलामना धीर दिला. 'प्रकल्पाचे अंतिम यश महत्त्वाचे माना, सर्वांना सांभाळून पुढे चला, निर्धारित वेळ पाळा...' असा मोलाचा सल्ला दिला. त्यांच्यावर दाखवलेल्या विश्वासाने कलामना नवे बळ मिळाले. निर्धारित समय निश्चित करून त्यांनी एक वेळापत्रक आखले. तज्ज्ञांची एक सल्लागार - समिती तयार केली. मार्च १९७३ पर्यंतची ६४ महिन्यांची मुदत घालून दिली. त्यांच्या सुदैवाने त्यांना मिळालेले मोजकेच अभियंते व संशोधक साहसी, ताकदवान आणि उमेदी होते. त्यांची बुद्धिमत्ता, संशोधनक्षमता, कार्यकुशलता वादातीत होती. इतकी सारी पूर्वतयारी केवळ प्राथमिक तयारीसाठी होती हे लक्षात घेता संपूर्ण निर्माण किती अवाढव्य होते याची कल्पना यावी. एस्. एल्. व्ही. च्या या कामाला जोडूनच तिकडे संरक्षण संशोधन व विकास संस्थेत (DRDO) जमिनीवरून आकाशात सोडण्यात येणाऱ्या स्वदेशी बनावटीच्या क्षेपणास्त्राचे काम चालू होते. त्या संचातही कलामांचा समावेश करण्यात आला. एरोडायनामिक्स, क्षेपणास्त्र बांधणी व उड्डाण या साठीच्या अग्निबाणाच्या निर्माणाचे विशेषज्ञ म्हणून.

१९७५ मध्ये, इस्रो एक शासकीय संस्था बनली. त्यामुळे आता अब्दुल कलामांना नोकरशहांशी जुळवून घेण्याची कसरत करावी लागली. एस्. एल्. व्हीच्या निर्माण - प्रकल्पाची पहिली तीन वर्षे कलामांच्या दृष्टीने अतिशय मोलाची ठरली. विज्ञान क्षेत्रातील अनेक विस्मयकारक, लोभस रहस्ये त्यांना कळून आली. विज्ञान व तंत्रविज्ञान, संशोधन व विकास यातील फरक जाणवला. १९७४ च्या आसपास एस एल व्ही -३ च्या उप-कार्यपद्धतींचे निर्माण कार्य संपले. जून महिन्यात काही महत्वाच्या पद्धतींची चाचणी घेण्यात आली. १९७८ मध्ये भारतीय उपग्रह अंतराळात सोडण्याचे निश्चित करण्यात आले.

दरम्यान, अब्दुल कलाम आणि विख्यात जर्मन क्षेपणास्त्र निर्माते, वेर्नहर व्हॉन ब्रॉन यांच्या भेटीचा योग आला. मि. ब्रॉन अमेरिकेच्या नासा या संस्थेच्या अग्निबाण - प्रकल्पावर काम करत होते. मि.

ब्रॉनकडून डॉ. कलामना बहुमोल मार्गदर्शन लाभले. ते कलामना म्हणाले - 'एस्. एल्. व्ही - ३ अस्सल भारतीय बनावटीचा आहे. त्यामुळे त्याच्या निर्माणात येणारे अडथळेही तुम्हीच निर्माण केलेले असतील. त्या कटकटी तुमच्या तुम्हालाच मिटवाव्या लागतील. एक गोष्ट नीट लक्षात ठेवा. कोणत्याही कार्याची बांधणी केवळ सुयशांच्या पायावर आधारित नसते. त्यासाठी अपयशांच्याही विटा आवश्यक असतात...!' त्या दिवसापासून एस्. एल्. व्ही चे निर्माण अब्दुल कलामांचे धर्मकार्य, जीवितध्येय आणि ईश्वरेच्छा बनले. आता जगायचे ते केवळ त्यासाठीच असा निर्धार त्यांनी केला. त्यांची व त्यांच्या सहकाऱ्यांची तहानभूक हरपत गेली.

१९७९ च्या मध्यावर एस. एल. व्ही च्या निर्माणाचे स्वप्न प्रत्यक्षात उतरण्याचा समय येऊन ठेपला. १० ऑगस्टला पहिल्या प्रायोगिक उड्डाणाची चाचणी घेण्याचे ठरले. २३ मीटर लांबीचा, १७ टन वजनाचा, चार टप्प्यांचा अग्निबाण मोठ्या दिमाखाने सकाळी ७-५८ ला आकाशाच्या दिशेने झेपावत निर्धारित कक्षेत शिरला. सगळ्यांच्या नजरा अधीरतेने त्यावर खिळल्या. पहिला टप्पा निर्वेध पार पडला. सर्वांच्या आशा पालवल्या आणि अचानक दुसऱ्या टप्प्यावर त्यात बिघाड झाला. परिस्थिती नियंत्रणाबाहेर गेली. ३१७ सेकंदांनंतर उड्डाणाची गती विसावली, वाहन त्याच्या उर्वरित अवशेषांसह समुद्रात सपशेल कोसळले. पालवलेले डोळे संताप व नैराश्य यांनी पाणावले. डॉ. कलाम सैरभैर झाले. दुःखीकष्टी तर नक्कीच. प्रकल्प प्रमुख या नात्याने त्यांनी त्या अपयशाची जबाबदारी आपल्या शिरावर घेतली. मात्र केन्द्रप्रमुख डॉ. ब्रह्मप्रकाशांनी त्यांना वाऱ्यावर सोडले नाही. उलट, त्यांना नव्याने धीरच दिला. त्यांचा आत्मविश्वास जागवला. झालेल्या चुका सुधारून घेण्याचे धडे दिले, नवी दृष्टी दिली, नवी ताकद दिली, आणि अखेर तो सोन्याचा दिवस उजाडला. १८ जुलै १९८० सकाळचे ८ वाजून ३ मिनिटे झाली. श्री हरी कोटा अवकाश तळावरून भारताचा पहिला उपग्रह-वाहक आकाशाच्या दिशेने झेपावला. दोनच मिनिटांच्या

अवधीत 'रोहिणीने' आपल्या भ्रमणास आरंभ केला. अब्दुल कलामांच्या मुखातून अविस्मरणीय घोषवाणी उमटली -

'प्रकल्प-संचालक सर्व स्थानकांना पुकारत आहे. एक महत्त्वाची घोषणा ऐकण्यासाठी सिद्ध रहा. उद्दिष्टाच्या गरजांनुसार सर्व टप्पे कार्यान्वित झालेत. चौथ्या टप्प्यावरील अपॉजी मोटारने रोहिणी उपग्रहाला अंतराळात भ्रमण करण्यासाठी आवश्यक असलेला वेग दिलेला आहे. चीअर्स...!'

तेथे उपस्थित असलेल्या अब्दुल कलामांच्या अस्वस्थ, अधीर व आतुर सहकाऱ्यांनी उत्स्फूर्त जल्लोष करत त्यांना खांद्यांवर उचलून घेऊन मिरवत नेले. संपूर्ण राष्ट्र आनंदले. जगातील मोजक्या राष्ट्रांच्या रांगेत आपला देश गेला ही कल्पनाच अद्भुतरम्य होती. एका राष्ट्रीय स्वप्नाची सुखद पूर्ती झाली. गेली दोन दशके हुलकावणी देत असलेल्या यश:श्रीने शेवटी आपल्या गळ्यात माळ घातली म्हणून डॉ. अब्दुल कलाम सुखावणे साहजिकच होते. त्यांच्या एका डोळ्यात आनंदाश्रूंनी गर्दी केली खरी पण त्याचवेळी दुसऱ्या डोळ्यांत दु:खाश्रूही उभे राहिले. या क्षणी आपले पिताश्री जैनुलबदीन व सन्मित्रच म्हणावा असा मेहुणा जलालुद्दीन आणि सदासर्वदा पाठीशी उभे राहणारे, ती प्रेमभराने थोपटणारे महाप्रेरक डॉ. विक्रम साराभाई आपल्या अत्यानंदात सहभागी होण्यासाठी आज या जगात नाहीत हे त्यांचे मूळ होते.

'कमाल आहे तुमची! अंगावरचे कपडे, पायातील चपला साध्या आहेत म्हणून काय झालं? पंतप्रधानांच्या अभिनंदनाचा स्वीकार करण्यासाठी असे गबाळग्रंथी पद्धतीने जाण्यात शोभा नाही खरे आहे.पण, कलामसाब, आज तुमच्या अंगावर नियतीने अलगद चढवलेली सुयशाची शाल अधिक सुंदर व शोभायमान दिसत आहे. तेव्हा नका करू त्यांची काळजी. व्हा पुढे!' प्रा. सतीश धवन वडिलकीच्या नात्याने पुरते संकोचून गेलेल्या अब्दुल कलामांची समजूत काढत होते. अर्थात, प्रसंगही तितकाच महत्त्वाचा होता. प्रधानमंत्री श्रीमती इंदिरा गांधींनी एक खास बैठक बोलावलेली होती. त्या बैठकीला संसदेच्या दोन्ही गृहांतील निवडक

३० सभासदांना निमंत्रण होते. बैठकीत श्रीमती गांधींनी एस्. एल्. व्ही - ३ च्या यशस्वी उड्डाणाचा विषय मांडला. भारतीय संशोधक व वैज्ञानिक यांची दिलखुलास प्रशंसा करून त्यांना मनःपूर्वक धन्यवाद दिले. त्यांच्या मागून प्रा. धवन यांनी उपस्थितांचे आभार मानले. बैठक संपली समजून सगळे उठणार इतक्यात इंदिराजींनी अचानक डॉ. कलामांकडे बोट करून त्यांना उपस्थित मान्यवरांना संबोधित करण्याची सूचना केली. डॉ. कलाम त्यांच्या विनम्र स्वभावानुसार सुरुवातीला किंचित गांगरले खरे पण त्यांनी अगदी मोजक्याच पण अर्थपूर्ण शब्दांत आपले मनोगत व्यक्त केले -

'आपण सर्वजण या राष्ट्राच्या समर्थ बांधणीला वाहून घेतलेले सज्जन आहात. आज अशा एका महान मेळाव्यात सहभागी होण्याची संधी मला मिळाली. मी खरोखर सन्मानित समजतो स्वतःला. मला फक्त एकाच गोष्टीचे ज्ञान आहे, ध्यास आहे. आपल्या देशात अशा एका अग्निबाण - पद्धतीची बांधणी करावी जिच्या योगे एखाद्या उपग्रहाला ताशी २५,००० कि. मी. च्या वेगाने भ्रमण करण्याची गती मिळेल. धन्यवाद!'

पुन्हा एकदा टाळ्यांचा कडकडाट झाला. बैठकीचे दालन आनंद लहरींनी भरून गेले.

नियोजित प्रकल्पाची सुखद सांगता झाल्यामुळे डॉ. कलामांना वेगळ्या जबाबदारीची ओढ लागली. एस. एल. व्ही - ३ मार्गस्थ करण्यासाठी डॉ. वेद प्रकाश संदलस यांना नेमण्यात आले. आणखी काही शाखा निर्माण करण्यात आल्या. डॉ. कलाम यांना नवे पद मिळाले - 'एअरोस्पेस डायनॅमिक्स ॲन्ड डिझाईन ग्रुप' चे डायरेक्टर. त्या नंतरची सर्व प्रक्षेपक वाहने आणि त्यांचा विकास करण्यासाठी नवनवीन तंत्रज्ञानाची योजना करण्याची कामगिरी त्या गटावर सोपवण्यात आली. ३१ मे १९८१ ला एस. एल. व्ही ३, एस. एल. व्ही - डी ही रॉकेट्स आकाशात उडवण्यात आली. अब्दुल कलामांनी व त्यांच्या सहकाऱ्यांनी प्रस्थापित केलेले काम व्यवस्थित मार्गी लागले.

घटना कशा वळण घेतात पहा. १९८१ च्या जानेवारीत डॉ. कलामना डेहराडूनला एका व्याख्यानासाठी बोलावण्यात आले. त्या समारंभाच्या अध्यक्षस्थानी सुप्रसिद्ध अणुशास्त्रज्ञ डॉ. राजा रामण्णा होते. डॉ. कलामांनी आपल्या विषयाची मांडणी उत्तम प्रकारे केली. कारण, तो त्यांचा अतीव जिव्हाळयाचा व अधिकारवाणीचा विषय होता. एस. एल. व्ही. - ३ वर बोलण्यासाठीच त्यांना तेथे उपस्थित रहावे लागले होते. डॉ. रामण्णांनी त्यांचे भाषण लक्षपूर्वक ऐकले. त्यांच्यावर त्याचा फार मोठा प्रभाव पडला. डॉ. कलामांशी त्यांचा फारसा परिचय नव्हता. ते फक्त ऐकून होते त्यांच्याबद्दल. इकडे, डॉ. कलाम मात्र डॉ. रामण्णांबद्दल फार मोठा आदर बाळगून होते. व्याख्यान संपल्यानंतर एकमेकांचा निरोप घेताना डॉ. रामण्णांनी डॉ. कलामांना दुसऱ्या दिवशी आपल्या घरी चहाला बोलावले. अब्दुल कलाम आनंदित झाले.

आणि त्यांची ती पहिलीच भेट महत्त्वाची झाली. तेथे औपचारिकतेला स्थानच नव्हते. अगदी ठरवून ठेवल्याप्रमाणे डॉ. रामण्णांनी डॉ.कलामांसमोर एक प्रस्ताव ठेवला. संरक्षण मंत्रालयाच्या 'गाईडेड मिसाईल डेव्हलपमेंट प्रोग्रॅम (लक्ष्यवेधी क्षेपणास्त्र विकसन कार्यक्रम - GMDP) साठी ते आपली सेवा देऊ शकतील का असा थेट प्रश्नच विचारला त्यांना. डॉ. कलाम गोंधळले. काय उत्तर द्यावे हा प्रश्न त्यांना पडला. डॉ. रामण्णांसारखी एक अधिकारी, नामांकित व्यक्ती स्वत:हून त्यांच्याकडे सेवेची मागणी करते हे अजबच होते. त्यांना नकार देणे सर्वस्वी अशक्यच होते. साक्षात् संरक्षण मंत्र्याचा सल्लागार आपल्याला ही संधी देऊ इच्छितो यासारखा दुसरा बहुमान होता का दुसरा! शिवाय, रॉकेटचे क्षेत्र त्यांच्या काळजाचा एक तुकडा नव्हता का? मात्र त्या क्षणी ते गप्पच राहिले. डॉ. रामण्णांनी त्यांना प्रा. धवन यांच्याशी त्या प्रस्तावावर विचारविनिमय करा, असे सुचवले. सगळे कसे अकल्पित घडले होते.

पुढे, त्यांनी प्रा. धवनांची भेट घेतली. त्यांनी कलामांचे म्हणणे

नीट ऐकून घेतले. त्यांना मनोमन आनंदच झाला. त्यापुढची जबाबदारी त्यांनी स्वत:कडे घेतली. मात्र ते काम झटपट झाले नाही. प्रशासकीय लाल फितीच्या गुंतवळ्यात त्याची पुरती दमछाक झाली. इस्रोतून डी. आर. डी. ओच्या रूळावर गाडी घ्यायची कशी यावर वेळकाढू काथ्याकूट झाला. ज्या डॉ. रामण्णांनी तो प्रस्ताव मांडलेला होता तेही तोपर्यंत त्यांच्या सल्लागार पदावरून निवृत्त झाले. जवळजवळ एक वर्ष काम रेंगाळत राहिले. डॉ. कलामांचे दैव बलवत्तर म्हणून की काय डॉ. राजा. रामण्णा जाऊन त्यांची जागा डॉ. अरुणाचलम यांनी घेतली. त्यांनी ही दिरंगाई, वायफळ पत्रोपत्री धाब्यावर बसवून ठोस निर्णयाचा आग्रह सरकारकडे धरला. परिणामी, १९८२ च्या फेब्रुवारीत डॉ. अब्दुल कलाम यांच्या बदलीवर शिक्कामोर्तब होऊन त्यांच्या गळयात डी. आर. डी. ओ. (संरक्षणविषयक संशोधन आणि विकास संस्था) च्या संचालकपदाची माळ पडली. १ जून १९८२ ला त्यांनी आपल्या नव्या अधिकारपदाची सूत्रे रीतसर हाती घेतली.

♦

INDIA

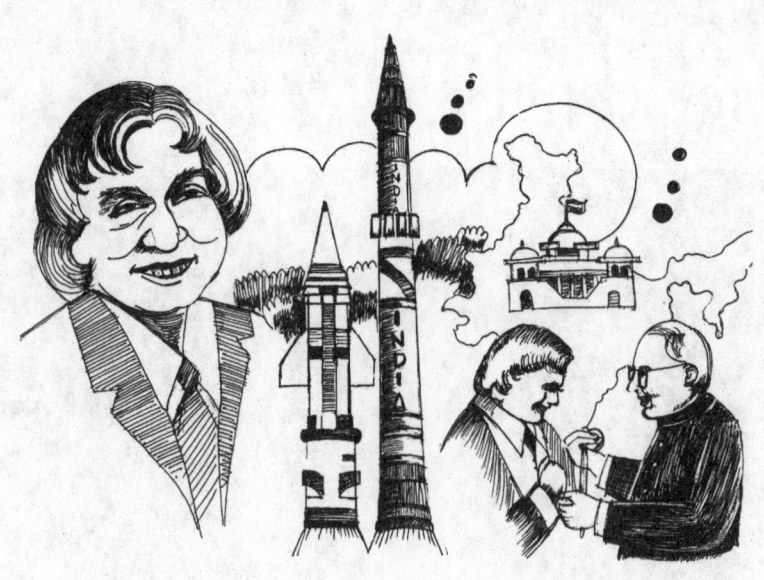

योद्धा शास्त्रज्ञ

'हाती घ्याल ते तडीस न्या...' या निष्ठेने अब्दुल कलाम कोणत्याही कामाला हात घालत. आपल्याला संरक्षण विषयक संशोधन आणि विकसन प्रयोगशाळेत (DRDL) मध्ये काम करायचे आहे याची कल्पना येताच त्यांनी एप्रिल १९८२ मध्ये, प्रत्यक्ष कामावर रूजू होण्यापूर्वी हैद्राबाद येथे कार्यरत असलेल्या त्या संस्थेला भेट देऊन तेथील वरिष्ठ संशोधक आणि संपूर्ण परिसर यांचा परिचय करून घेतला. त्या वेळी तेथे पाच मोठ्या आणि सोळा मध्यम प्रकल्पांवर काम चालू होते. त्याशिवाय भविष्यात संपूर्ण स्वदेशी बनावटीचे क्षेपणास्त्र तयार करण्यासाठी लागणारी वैज्ञानिक उपकरणेही विकसित करण्यावर लक्ष केन्द्रित केले जात होते.

क्षेपणास्त्राचे उत्पादन अब्दुल कलामना नवीन नव्हते. या आधी गुंडाळून ठेवल्या गेलेल्या 'डेव्हिल'च्या प्राथमिक जुळणीत तज्ज्ञ म्हणून त्यांनी आपले योगदान केलेलेच होते. कळीचे फुलात रूपांतर होण्यापूर्वीच ती खुडली गेली तर ते दुःख मोठे असते. बालक जन्माला येण्यापूर्वीच मृत आढळले तर मातेला होणाऱ्या वेदना असह्य असतात. केवळ हितसंबंधी राजकारणाच्या सोयीसाठी संशोधकांच्या परिश्रमांवर पाणी फिरवण्यात आले तर होणाऱ्या जखमांच्या कळा, व्रण सहजासहजी निपटता येत नाहीत. खुद्द डॉ. कलामनीही ती दारूण मनःस्थिती अनुभवलेली होती. तो अनुभव पाठीशी घेऊन पहिल्या काही महिन्यांत डॉ. कलामनी आपल्या सहकाऱ्यांचे मनोबल वाढवण्याचा प्रामाणिक प्रयास केला. त्यांना कार्यप्रवृत्त केले, 'सांगेन गोष्टी युक्तीच्या चार ...' म्हणून धीर दिला. आपली उद्दिष्टे, आपण स्वतः व आपले काम यांचा अन्योन्य संबंध समजावून सांगितला. अशाच एका बैठकीत त्यांनी

रोनाल्ड फिशर यांनी व्यक्त केलेल्या विधानाचा पुनरूच्चार केला. वाचकांनाही तो मार्गदर्शक ठरावा — फिशर म्हणतात, "आपण साखर जेव्हा जीभेवर ठेवतो तेव्हा ती 'गोड' आहे असे म्हणतो. गोडपणा हा साखरेचा किंवा जीभेचा गुणधर्म नाही. साखर व जीभ या दोहोंमध्ये होणाऱ्या संकराचा तो परिणाम आहे!' अगदी सोप्या शब्दांत किती गाढ आशय भरला आहे पहा.

इस्त्रोमध्ये काम करताना मधमाशीच्या वृत्तीने गोळा केलेले ज्ञान, कान टवकारून अंत:करणाच्या तळापर्यंत पोचवलेले आपल्या स्फूर्तिदात्या बुजुर्गांचे बोल, त्यांची शिकवण अब्दुल कलामांच्या कामी उत्तम आली. डी. आर. डी. एलने नवे बाळसे धरले, तिच्या नसानसांतून नवे रक्त वाहू लागले. तेथील वातावरण पार बदलून गेले. संशोधनकार्याला दिशा मिळून वेग आला. वर्षांनुवर्षांची मरगळ झटकून टाकत लहान मोठे, वरिष्ठ-कनिष्ठ संशोधक नव्या जोमाने पुढे सरसावले. स्व. डॉ. साराभाई, प्रा. धवन, प्रा. ब्रह्म प्रकाश यांच्या पुण्याईवर आपल्या आयुष्याच्या वाटचालीला आकार दिलेल्या अब्दुल कलामांनी केलेली किमया फळास येण्याची लक्षणे दिसू लागली. आपल्या स्वभावातील पारदर्शकतेला त्यांनी प्राधान्य दिले. सगळ्या ज्येष्ठ संशोधकांना जवळ करून त्यांची एक समिति नेमली - मिसाईल टेक्नॉलॉजी कमिटी! प्रशासन, व्यवस्थापन, निर्माण या सर्व पातळ्यांवर काम करणाऱ्या संशोधकांना व अभियंत्यांना सहभागी करून घेतले. सांगोपांग विचार विनिमय, प्रदीर्घ चर्चा, खुल्लमखुल्ला वादविवाद यांची दिलखुलास उधळण व घुसळण करून एक लांब पल्ल्याचा 'गाईडेड मिसाइल डेव्हलपमेंट प्रोग्रॅम (लक्ष्यवेधी क्षेपणास्त्र विकसन कार्यक्रम) निश्चित केला. भारत सरकारकडून त्यास मंजूरी घेण्यासाठी एक विस्तृत अहवाल तयार केला. तो संरक्षण दलांच्या तिन्ही प्रमुखांकडे त्यांचे अभिप्राय व सल्ला घेण्यासाठी पाठवला. त्यानुसार आवश्यक त्या सुधारणा केल्या. इतक्या सोपस्कारानंतर त्याचा मसुदा पक्का झाला. त्या महत्त्वाकांक्षी प्रकल्पावरचा संभाव्य खर्च ३९० कोटींच्या आसपास

आणि त्याच्या पूर्ततेसाठीचा कालावधी बारा वर्षांचा असेल अशी अपेक्षा ठेवण्यात आली. त्या विभागाचा संचालक या नात्याने अब्दुल कलामनी प्रथम हे क्लिष्ट व किचकट कागदोपत्री काम पूर्ण केले. याला म्हणतात सिद्धता! भविष्याचा अचूक वेध! सामूहिक जबाबदारी व आत्मविश्वास यांचा प्रत्यय!

डॉ. कलाम व त्यांच्या सहकाऱ्यांनी परिश्रमपूर्वक तयार केलेला तो प्रकल्प-अहवाल भारताचे त्या वेळचे संरक्षण मंत्री आर. व्यंकटरमण यांना सहर्ष सादर केला. त्यांच्या समवेत डी. आर. डी. ओचे प्रमुख डॉ. अरूणाचलमही होते. शिवाय, सरकारच्या बाजूने तिन्ही सेनादल - प्रमुख, केन्द्रीय मंत्रिमंडळ, संरक्षण - अर्थ खाते यांचे सचिवही हजर होते. प्रश्न मंजूरीचा असल्यामुळे त्यातील प्रत्येकाने प्रकल्पाचा तपशील बारकाईने समजावून घेतला. आपापल्या शंकांचे निरसन करून घेतले. अर्थात, त्यांची सर्व उत्तरे डॉ. कलाम यांनीच दिली. ती योजना निःसंशय महत्त्वाकांक्षी आणि अस्सल स्वदेशी होती. त्यामुळे तसा तपशिलवार उहापोह झाला नसता तर नवलच. शिवाय, आणखीही एक महत्त्वाचा प्रश्न होता. खर्चाची तरतूद करण्याचा. पण म्हणतात ना 'ज्याचा शेवट सुखद असतो ते सगळे उत्तमच असते...' तसे झाले.

डॉ. कलामनी मागितला होता एक डोळा त्यांना मिळाले सहस्त्र डोळे. संरक्षणमंत्र्यांनी त्यांना संध्याकाळी पुन्हा एकदा बोलावून घेतले आणि त्यांच्यावर बॉम्बच टाकला. ते म्हणाले 'मि. कलाम, आम्हांला तुमची टप्प्याटप्प्यांनी, पायरीपायरीवर पुढे जाणारी योजना नको आहे. आम्हांला हवी आहे एक सर्वंकष, सर्वांगांनी परिपूर्ण असलेली ठोस योजना! कराल का तशी सादर?' ... संरक्षणमंत्र्यांचा तो प्रस्ताव कानावर पडताच डॉ. अरुणाचलम आणि अब्दुल कलाम अक्षरशः जाग्यावरून उडालेच! त्यांच्या स्वप्नपक्ष्याने थेट आकाश गाठले. त्यांच्या वैज्ञानिक प्रज्ञेने त्या आव्हानाचा स्वीकार करायचे ठरवले. रात्र जागवत त्यांनी त्या दृष्टीने आपल्या कामाचा आराखडा बदलून टाकला, त्यात सुधारणा केल्या आणि काय आश्चर्य! कसलेही

आढेवेढे, कोणतेही आक्षेप न घेता मंत्रिमहोदयांनी ती योजना मंजूर केली. डॉ. अब्दुल कलामांच्या कर्तृत्वाला नवी संधी प्राप्त झाली. मंत्रिमहोदयांचा निरोप घेताना त्यांचे मन मोहरून गेले. त्याला बहर आणला. संरक्षण मंत्र्यांच्या उद्‍गारांनी - 'डॉ. कलाम, तुम्हांला आमच्याकडे बोलावून घेण्यामागचा उद्देशच हा होता. तुमच्याकडून आम्हांला काहीतरी ठाशीव, भक्कम, भरंवसा निर्धोक ठेवावा असेच काहीतरी मिळावे अशी आमची इच्छा होती. आज तुम्ही तिची पूर्ती अवश्य केलीत. मी खूप समाधानात आहे. चीअर्स! बेस्ट ऑफ लक! थँक्स! या...' डॉ. कलाम पार गहिवरून गेले. अतिशय तृप्त मनाने तेथून बाहेर पडले.

पुढे, संरक्षणमंत्र्यांनी त्या सुधारित योजनेला मंत्रिमंडळाची रीतसर मंजूरी घेतली. विशेष म्हणजे तिच्यासाठी आर्थिक तरतूद करताना सरकारने आपला हात बिलकूल आखडता घेतला नाही. पुरे रु.३८८ कोटी खर्ची टाकण्याचा निर्णय झाला. आता ती योजना 'इंटिग्रेटेड गाइडेड मिसाइल डेव्हलपमेंट प्रोग्रॅम तथा संक्षिप्तात IGMDP म्हणजे 'एकात्मिक लक्ष्यवेधी क्षेपणास्त्र विकसन योजना' या नावाने कार्यान्वित झाली.

अशा प्रकारे, डॉ. ए. पी. जे. अब्दुल कलाम यांच्या कीर्तीपर्वाचे आणखी एक सोनेरी पान लिहिले गेले. एकामागून एक अशा अनेकांची त्यात भर पडत गेली. यशाचा आलेख चढतच गेला. त्या कर्तृत्वाचा वेल गगनावरि कधी गेला कळलेच नाही. त्या विविधांगी क्षेपणास्त्र विकसन योजनांचे लालनपालन करून त्यांना त्यांच्या पायावर उभे करण्यापूर्वी त्या प्रत्येकाचे विधीवत् बारसे घालून त्यांचे नामकरण करणे भारतीय परंपरांना धरून होते. त्या प्रमाणे त्या क्षेपणास्त्र - बालकांसाठी निवडण्यात आलेली नावेही समर्थक व अर्थपूर्ण होती. प्रत्येक नाव पूर्ण विचारांती निश्चित करण्यात आले.

पहिले होते 'पृथ्वी'! दुसरे, 'त्रिशूल'! तिसरे 'आकाश'! चौथे 'नाग'! शेवटचे पाचवे 'अग्नी'!

जमिनीवरून जमिनीवरच्या लक्ष्याचा वेध घेणार होते 'पृथ्वी'! लष्करी डावपेचांचा गाभा म्हणता येईल असे क्षेपणास्त्र म्हणजे 'त्रिशूल'! अवकाशातून जमिनीवरची लक्ष्ये टिपणार होते 'आकाश'! शत्रूचे रणगाडे उद्‌ध्वस्त करणार होते 'नाग'! डॉ. कलामांचे लाडके अपत्य होते बॉम्ब सदृश्य 'अग्नी'! या महत्त्वाकांक्षी प्रकल्पाचे रीतसर उद्‌घाटन २७ जुलै १९८३ ला प्रमुख -संचालक डॉ. अरुणाचलम यांनी केले. भारतीय अवकाश संशोधनकार्याशी निगडित असलेल्या देशातील अनेकजणांच्या साक्षीने ते पार पडले. एका नव्या ऐतिहासिक महान पर्वाचा शुभारंभ झाला.

हातात घेतलेले काम अतिशय प्रचंड होते. अगदी शून्यातून सुरुवात करायची होती. नियोजित पाच प्रकल्पांसाठी प्रमुख व पात्र अधिकारी डोळ्यात तेल घालून निवडावे लागणार होते. त्यांची पारख करणे एक दिव्यच होते. त्यांची जडणघडण करण्याची जबाबदारी पार पाडण्याची गरज होती. इतर बारीकसारीक गोष्टींकडे काळजीपूर्वक लक्ष द्यावे लागणार होते. माणसांबरोबरच इमारती, यंत्रसामुग्री या गोष्टी आल्याच. डॉ. कलामांच्या चतुरस्त्र, दीर्घोद्योगी कल्पक बुद्धिमत्तेने ती सर्व आव्हाने लीलया स्वीकारून एकेक उद्दिष्ट पार करत आणले.

१९८५ मध्ये, इमारत कांचात क्षेपणास्त्र तंत्रज्ञान संशोधन केन्द्र उभे राहिले. लगेच ऑगस्ट महिन्यात रिसर्च सेन्टर, इमारतीची कोनशिला बसली. जवळपास ३०० तरुण अभियंत्यांना डॉ. कलामनी कामाला जुंपले. त्यांचा बहुतांश भर तरुणाईला उत्तेजन देण्यावर होता. जाणकार व नवशिके यांची उत्तम सांगड त्यांनी घातली. डी. आर. डी. एल्. मध्ये जवळजवळ ७०० संशोधक काम करत होते. ती संस्था एक शासकीय संस्था असल्यामुळे तिला सरकारी कायदेकानू, सेवाशर्ती, नियम यांचे पालन करणे अपरिहार्य ठरत होते. एक प्रमुख या नात्याने डॉ. कलाम यांच्यावर त्या प्रकारची कार्यालयीन जबाबदारीही होती. त्या जबाबदारीलाही त्यांनी योग्य न्याय दिला. संस्थाप्रमुखाचे कर्तव्य निःपक्षपातीपणाने पार पाडले.

हाताखालच्या लोकांना सन्मानाने वागवले. त्यांच्या गरजांची जपणूक तत्परतेने केली. त्यांच्या कार्यक्षमतेला पुरेपूर चालना दिली. त्यांची जागरूकता आपल्याकडून भंग होऊ दिली नाही. काम समाधानकारक होत आहे दिसताच त्यांना शाबासकी देऊन त्यांचे योग्य कौतुकही केले. सारांश, डॉ. ए. पी. जे. कलाम केवळ एक कर्तव्यनिष्ठ शास्त्रज्ञच नाहीत तर एक समंजस व्यवस्थापकही आहेत याची जाणीव त्यांनी सर्वांना करून दिली.

अशा प्रकारे, जाणीवपूर्वक जोपासलेल्या डी. आर. डी. ओने अल्पावधीतच देशाची संरक्षण व्यवस्था बलशाली करण्याच्या प्रयत्नांतील आपले अभूतपूर्व योगदान करून संपूर्ण जगाची वाहवा मिळवली. त्याची मूळ शक्ती व प्रेरणास्त्रोत डॉ. ए. पी. जे अब्दुल कलामच होते. म्हणूनच आपण त्यांना 'योद्धा शास्त्रज्ञ' ही बिरूदावली लावत आहोत.

भारताला संरक्षणदृष्ट्या समर्थ बनवण्यात हातभार लावणाऱ्या त्या पाच अत्याधुनिक क्षेपणास्त्रांचे निर्माण हा एक साहसी प्रकल्प होता. १९८२ ते १९९२ या अवघ्या दहा वर्षांच्या आत तो पूर्ण व्हावा या सारखी अद्भूत गोष्टच नाही. त्या क्षेपणास्त्रांच्या बनावटीच्या शास्त्रीय, तांत्रिक तपशिलात न शिरता आपण केवळ त्याच्या अवतरणांची नोंद घेण्यात समाधान मानू या.

१८ सप्टेंबर १९८५ ला 'त्रिशूल', २५ फेब्रुवारी १९८८ ला 'पृथ्वी', २२ मे १९८९ ला 'अग्नी', १० फेब्रुवारी १९९० ला 'नाग' आणि १५ ऑगस्ट १९९० ला 'आकाश'! त्या पंचास्त्रांचा एकापाठोपाठ एक असा अवतार झाला. समस्त भारतीयांचा आनंद गगनाच्या सीमा ओलांडून गेला. भारताच्या या अलौकिक संशोधनात्मक कार्यपूर्तीकडे पाहताना अवघे जग थक्क झाले. एका क्षणात भारत 'बहुविकसित राष्ट्रां'च्या मांडीला मांडी लावून बसण्यास पात्र ठरला. 'सामर्थ्य सामर्थ्याचा आदर करते...' या सूत्राचा धागा पकडून भारताने युद्धशास्त्रात पारंगत व्हावे असे डॉ. कलाम सतत सांगतात. त्या बाबतीत अल्पसंतुष्ट राहून चालणार नाही असा त्यांचा आग्रह

आहे. ही सर्व क्षेपणास्त्रे जगातील त्यांच्या धर्तीच्या यंत्रणांना तोडीस तोड आहेत. विशेषतः 'अग्नी'ची शक्ती अपूर्व आहे. त्यामुळेच तर जागतिक महासत्तांना विकसनशील भारताचा हेवा वाटतो.

भारताने आपला पहिला अणुस्फोट घडवून आणला तेव्हा त्याला सहावा क्रमांक मिळाला. त्याने एस्. एल्. व्ही - ३ अंतराळात धाडला तेव्हा त्याला पाचवा क्रमांक मिळाला. याचा अर्थ भारताकडे ती क्षमता अवश्य आहे. डॉ. भाभा, डॉ. साराभाई, डॉ. धवन, डॉ. ब्रह्मप्रकाश, डॉ. राजा रामण्णा आदी एकापेक्षा एक राष्ट्रनिष्ठ वैज्ञानिकांनी भारताची ध्वजा फडकत ठेवलेली आहे. डॉ. ए. पी. जे. अब्दुल कलाम हे त्याच मालिकेतील एक रत्न आहे.

११ मे १९९८ ला भारताने राजस्थानातील पोखरण येथे दुसरी अणूबॉम्ब-चाचणी घेतली त्याचे नियोजन डॉ. कलाम यांनीच केले होते.

इस्रोच्या निमित्ताने थुंबा, डी. आर. डी. ओच्या निमित्ताने हैद्राबाद आणि संरक्षण मंत्र्यांचे वैज्ञानिक सल्लागार या निमित्ताने राजधानी दिल्ली असा ३७ वर्षांचा व्यावसायिक प्रवास पूर्ण करून १९९५ ला डॉ. अब्दुल कलाम शासकीय सेवेतून निवृत्त झाले. देशातील तीन बलाढ्य संशोधन केन्द्रात त्यांनी समरसून संशोधन केले. सामर्थ्यवान संरक्षणव्यवस्था आणि साधन सामग्रीत स्वयंपूर्णता या दोन उदात्त ध्येयांचा आयुष्यभर पाठपुरावा केला. त्यांच्या पूर्तीसाठी जीव तोडून परिश्रम केले. त्या काळात पुढ्यात आलेल्या संधींचे सोने केले. मिळालेले यश, मानसन्मान, प्रसिद्धी, कीर्ती यांचा अलिप्त राहून स्वीकार केला. त्यांचा कैफ, धुंदी आपल्या मानसिकतेवर बिलकूल चढू दिली नाही. अंतरी सतत ईशचिंतन करून साक्षित्वाचा विवेक ढळू दिला नाही, लौकिकाची मात दूर ठेवली. आपले चिंतनशील मन व ज्ञान आपल्या विशिष्ट ध्येयास समर्पित करून ध्येयरूप होण्याचा एकच ध्यास घेतला. केवळ त्यामुळेच त्यांच्या हातून लोकोत्तर कार्य होऊन त्याचा लाभ देशाला झाला. या

झपाटलेल्या योद्धा-शास्त्रज्ञाचे संरक्षण - क्षेत्रातील संशोधन विषयक योगदान अभूतपूर्व ठरले. भारताच्या सौभाग्याचा डिमडिम सर्वत्र गाजला. भारत बलसागर होऊन विश्वात शोभून राहण्याच्या दिशेने आगेकूच करू लागला.

◆

आघात व मानसन्मान

माणसाचे आयुष्य म्हणजे एक प्रवास आहे. जन्मापासून मृत्यूचा. त्या प्रवासात अनेक चढउतार असतात. त्याची सुख-दुःखे, आशा-निराशा, यश-अपयश, ज्याचे त्याचे असते. लौकिकदृष्ट्या तो कितीही महान असला तरी कधी ना. कधी ती त्याच्या वाट्याला येतातच. डॉ. अब्दुल कलाम तरी त्याला अपवाद कसे असतील? त्यांच्या ७० वर्षांच्या आयुष्यात तसे अनेक भावनिक आघात झाले.

डॉ. कलाम यांच्या बालवयात त्यांना लाभलेले त्यांच्या आई-वडिलांचे प्रेम अप्रतिम होते हे आपण या आधी पाहिलेले आहेच. त्यांच्या एकूण भावविश्वात पिता जैनुलबदीन व माता आशियम्मा यांना उच्चस्थान आहे. मातेने त्यांना भरपूर माया दिली. पित्याने भरपूर ज्ञान दिले. वेळोवेळी त्यांना उच्च विचार उलगडून सांगितले. बालवयातच अब्दुल कलामांच्या कोवळ्या मनावर उमटलेला तो ठसा त्यांना आयुष्यभर उपयोगी पडला. 'साधी राहणी - उच्च विचारसरणी' हे जीवनसूत्र जनाब जैनुलबदीननी त्यांच्यावर बिंबवले. १९७६ मध्ये त्यांचे निधन झाले. त्यांना आयुष्यही भरपूर लाभले खरे पण त्याचबरोबर विविध आजारांनीही तितकेच सतावले. कालमानानुसार सुस्थितीत असलेल्या डॉ. कलामांनी त्यांची खूप काळजी वाहिली. पण त्यांची प्रकृती म्हणावी तशी सुधारली नाही. शेवटी, वयाच्या १०२ व्या वर्षी त्यांनी शेवटचा श्वास घेतला. डॉ. कलामांनी आपल्या पूज्य, परमप्रिय पित्याच्या शिकवणुकीशी आजपर्यंत इमान राखलेले आहे. त्यांनी घालून दिलेली जीवनमूल्ये जतन केलेली आहेत.

डॉ. कलामांच्या मातोश्री एक आदर्श गृहिणी होत्या. त्यांच्या भरल्या घराचा आधारस्तंभ होत्या. जैनुलबदीन व आशियम्मा ही

नवराबायको म्हणजे रामेश्वरवासीयांच्या आदराला पात्र झालेले एक आदर्श जोडपे होते. आपल्या जीवनसाथीची सोबत त्यांनी निरंतर केली. कारण, नवरा गेल्यानंतर काही महिन्यांतच त्यांनीही जग सोडले. डॉ. कलामांच्या व्यापात त्यांना आई-वडिलांची प्रत्यक्ष सेवा करणे जमले नाही. अर्थात, त्या दोघांनाही त्याची अपेक्षा नव्हती. आपल्या मुलाचा वाढता उत्कर्ष त्यांनी लांबूनच डोळे भरून पाहिला. आपल्या मायापाशात त्याला निष्कारण अडकवून ठेवले नाही. आयुष्यभर नेकीने वागणाऱ्या त्या जोडप्याने डॉ. कलामांची पाठराखण सदैव केली.

कालपुरुषाने डॉ. कलामांच्या पुढ्यात आणखी एक दुःख त्या आधीच वाढून ठेवले. वडिलांच्या निधनापूर्वी काही दिवस त्यांच्या जोहरा या बहिणीचा नवरा - महंमद जलालुद्दीन - अचानक पैगंबरवासी झाला. डॉ. कलामांना जेव्हा ते कळले तेव्हा ते आपल्या संशोधन कार्यांत पुरते गढून गेले होते आणि तरीही त्या दुःखद बातमीने त्यांना बसायचा तितका तीव्र धक्का बसला. जलालुद्दीन अगदी लहानपणापासून त्यांचा मित्र, तत्वज्ञ व मार्गदर्शक होता. त्याने त्यांच्यासाठी अतोनात काळजी घेऊन त्यांना योग्य मार्गावर बोट धरून चालवलेले होते. डॉ. कलाम त्याचे आशास्थान होते. त्यांच्या शिक्षणासाठी त्याने त्याच्या बायकोचे दागिने गहाण ठेवले. त्यांना वेळोवेळी धीर दिला. त्यांच्या आकांक्षा फुलवल्या. हायस्कूलात, नोकरीला, परदेशात जाताना त्यांना आश्वासक आशीर्वाद दिले. न्यूयॉर्कला जाण्यासाठी विमानात बसताना ग्वाही दिली 'आझाद (डॉ. कलामसाठी त्याचे लाडके नाव), आमचे सर्वांचे प्रेम नित्यनेमाने तुझी सोबत करेल. तुझ्यावर आमचा पूर्ण विश्वास आहे. आम्ही तुझा अभिमान सदैव बाळगू. तू एकटा नाहीस. शुभाऽते पंथानुः!'

जलालुद्दीनच्या मृत्यूची बातमी मिळताच डॉ. कलाम तातडीने रामेश्वरमला गेले. त्यांना पाहून त्यांच्या प्रियजनांच्या शोकाचा बांध अनावर फुटला. आपल्या प्रिय भगिनीचे सांत्वन कसे करावे त्यांना कळेना. तिकडे, त्यांच्या वयोवृद्ध वडिलांची छाती तर पार फुटूनच

गेलेली होती. त्या अपरिहार्य दु:खाचे स्वागत त्यांनी एखाद्या स्थितप्रज्ञाप्रमाणे केलेले पाहून तर डॉ. कलाम खूपच गलबलून गेले. नंतरचे काही दिवस ते भलतेच अस्वस्थ झालेले दिसले. त्या आकस्मिक धक्क्यातून सावरण्यासाठी काही काळ जावा लागला.

वरील दोन घटना नैसर्गिक, अपरिवर्तनीय होत्या. त्यांना कौटुंबिक मायाममतेची झालर होती. थुंबाच्या 'टर्लस' संस्थेत काम करताना घडलेली घटना 'देव तारी तया कोण मारी' या थाटाची होती. 'पेलोड' तयार करायचे काम चालू होते. डॉ. कलाम व त्यांचे एक सहकारी - प्रा. सुधाकर - त्याच्या उड्डाणासाठी सोडियम आणि थर्माइटचे मिश्रण योग्य त्या जागी भरत होते. ते मिश्रण ज्वालाग्राही असल्यामुळे अतिशय काळजी घ्यावी लागत होती. हवेत उष्मा होता. आर्द्रताही भरपूर. सहा वेळा मिश्रण योग्य दाबाने भरून झाले. सातव्या वेळी ते दोघे आत गेले आणि अकल्पित असे दुर्दैव आडवे आले. प्रा. सुधाकरांच्या कपाळावरच्या घामाचा एक छोटा थेंब. पण त्याने उडवला भयानक प्रचंड हाहा:कार! तो चिमुकला थेंब त्या स्फोटक मिश्रणावर पडला न पडला एवढ्यात काही कळायच्या आत एक मोठा स्फोट होऊन संपूर्ण खोली पेटली. डॉ. कलाम अक्षरश: थिजले क्षणभर. आग पसरत चालली. पाणी मारावे तर ती सोडियमच्या प्रभावामुळे अधिक भडकणार याची कल्पना त्या दोघा शास्त्रज्ञांना होतीच. मृत्यूने आऽऽ वासला होता. तितक्यात, प्रा. सुधाकरांना नियतीने बळ दिले. त्यांनी त्यांचे मानसिक संतुलन किंचितही ढळू दिले नाही. हातांच्या दोन्ही मुठींनी खिडक्यांच्या काचांवर त्यांनी वज्राघात केले आणि प्रथम डॉ. कलामना खिडकीबाहेर चक्क फेकून दिले आणि नंतर स्वत: उडी मारली. काय म्हणावे त्या अलौकिक प्रसंगावधानाला! त्यांच्या असीम नि:स्वार्थाला! निरपेक्ष स्नेहभावाला! काचेवर जबरदस्त ठोसे लगवल्यामुळे त्यांचे दोन्ही हात रक्तबंबाळ झाले होते. त्यांना होत असलेल्या वेदना असह्य होत्या. डॉ. कलाम पुरते भारावून गेले. प्रा. सुधाकरांविषयीच्या कृतज्ञताभावाने त्यांचे अंत:करण पार भिजून गेले. त्यांच्या डोळ्यांतील आसवांमध्ये त्याचे प्रतिबिंब स्पष्ट उमटले. तिकडे,

प्रा. सुधाकर मात्र त्याही अवस्थेत हसत मुखाने त्या वेदनांना खेळवत होते. डॉ. कलाम सुखरूप बाहेर आले. प्रा. सुधाकरना मात्र उपचारासाठी कित्येक आठवडे हॉस्पिटलातील बिछान्यात पडून रहावे लागले. त्या दिवशी, दैवाने डॉ. कलामांना अभय दिले आणि त्यांच्याकडून भविष्यात साकारलेल्या असामान्य कर्तृत्वाच्या मोबदल्यात त्याची परतफेड करून घेतली. या घटनांच्या जोडीला वेळोवेळी झालेल्या इतर मानसिक आघातांत डॉ. साराभाई, डॉ. ब्रह्मप्रकाश, श्रीमती इंदिरा गांधी, श्री. राजीव गांधी यांना आलेल्या कल्पनातीत मृत्यूंनीही डॉ. कलाम यांच्या कोमल अंत:करणाला चटके बसले. कारण, त्यांचे ऋण शिरावर वाहण्याची सहृदयता त्यांच्याकडे होती. आजही त्या त्या क्षणी त्यांचे डोळे त्या वंदनीय व्यक्तींच्या स्मृतींनी पाणावत असतात. आजही ती भावाकुलता टिकून आहे. त्यांचे मनोबल खंबीर असल्यामुळे त्यांनी ते सर्व आघात धैर्याने पचवले. आपल्या विहित जीवितध्येयापासून ते बिलकूल विचलित झाले नाहीत.

आपल्या प्रजाजनांच्या पराक्रमांबद्दल विशेष पारितोषिक देऊन त्यांचा गौरव करण्याची प्रथा तशी प्राचीन आहे, पूर्वापार चालत आलेली आहे. काळाच्या ओघात राजेशाही विलयाला गेली, साम्राज्यशाहीचा अस्त झाला. जगातील बहुतांश पुढारलेल्या देशात लोकशाही स्थिर झाली. तरीही त्या राजवटींनी त्या प्राचीन परंपरेला फाटा दिला नाही. स्वतंत्र भारतातही ती प्रथा टिकून राहिलेली आहे. भारत सरकार प्रतिवर्षी २६ जानेवारी या प्रजासत्ताक दिनी देशातील कर्तृत्ववान, नामवंत व्यक्तींना त्यांच्या उल्लेखनीय राष्ट्र व समाजकार्याबद्दल, देशाची शान देशात व जगात वाढावी म्हणून केलेल्या प्रशंसनीय योगदानाबद्दल उचित असा राष्ट्रीय पुरस्कार देऊन त्यांचा जाहीर गौरव करते. त्यासाठी, पद्मश्री, पद्मभूषण, पद्मविभूषण व भारतरत्न पुरस्कारांची योजना कार्यवाहीत येते. पुरस्कारांच्या या पायऱ्या चढत्या क्रमाने आखण्यात आलेल्या आहेत. अलीकडच्या काळात त्यातील 'भारतरत्न' हा सर्वोच्च पुरस्कार मरणोत्तरही देण्याची तरतूद करण्यात आलेली आहे.

डॉ. ए. पी. जे. कलामही आपल्या कीर्तीशिखराकडे टप्प्याटप्प्याने पोचले. त्यांचे संशोधनकार्य देशाला प्रगतिपथावर नेण्याइतपत अद्वितीय होते. त्यामुळे भारताचा लौकिक अखिल जगतात पसरला. त्याची व्याप्ती व उपयुक्तता इतकी अतुलनीय होती की त्यामुळे ते पुरस्कार त्यांच्याकडे चालत आले. त्या पुरस्कारांचाच सन्मान झाला.

श्री हरीकोटाच्या तळावरून भारताचा पहिला उपग्रहवाहक एस. एल. व्ही - ३ आकाशात १८ जुलै १९८० ला झेपावला. त्याची गौरवपूर्ण नोंद घेऊन २६ जानेवारी १९८१ ला डॉ. कलामांना 'पद्मभूषण' पुरस्काराने सन्मानित करण्यात आले.

२२ मे १९८९ ला 'अग्नी' या अतिशय प्रभावशाली क्षेपणास्त्राची चाचणी यशस्वी झाली. डॉ. कलामांचे नाव 'पद्मविभूषण' धारकांच्या यादीत घालून सरकारने त्यांचा उचित असा बहुमान केला.

२५ नोव्हेंबर १९९७ ला, त्यांच्या यशोगाथेचा कळसाध्याय लिहिला गेला. भारत सरकारने एका खास समारंभात त्यांच्या कंठात 'भारतरत्न' या सर्वोच्च सन्मानपदकाची माला घालून राष्ट्रीय पुरस्कारांची त्यांच्यापुरती इतिश्री केली. १९९८ च्या ऑक्टोबरात ते इंदिरा गांधी राष्ट्रीय एकात्मता या प्रतिष्ठापात्र पारितोषिकाचे मानकरी बनले.

वरील पुरस्कारांचा स्वीकार करताना प्रत्येक वेळी त्यांनी आपल्या अंगभूत विनम्रभावाचा प्रत्यय आणून देत तो पुरस्कार त्यांना साह्यभूत झालेल्या सानथोर संशोधकांना आणि प्रेरणादात्यांना सहर्ष समर्पित केला.

असा एखादा सन्मान मिळताच कोणताही माणूस त्या क्षणी एका वेगळ्या विश्वात वावरत असतो. १९८१ ला पहिल्यावहिल्या 'पद्मभूषण' पुरस्काराची बातमी मिळताच त्यांना अत्यानंद झाला. सर्वप्रथम आपल्या चिमुकल्या जन्मगावाची - रामेश्वरम्ची - आठवण आली. संपूर्ण बालपण अंतर्मनाच्या पडद्यावर झळकले. अंतर्चक्षूंनी त्यांचे मशीद रोडवरचे घर गाठले. त्यांना त्यांचे आई-वडील, भाऊ-बहीण, रामेश्वर मंदिराचे पुजारी पक्षी लक्ष्मण शास्त्री, चर्चचे फादर सॉलोमन व इतर समस्त प्रियजन दिसले, त्या प्रत्येकाच्या

चेहऱ्यावरचा ओसंडून जाणारा आनंद त्यांनी डोळे भरून पहिला. परमप्रिय जलालुद्दीन तर पुरता बेहोष होत रस्त्यावरच्या रामेश्वरवासीयांना - 'ऐका हो ऐका, आपल्या अब्दुलने 'पद्मविभूषण' पुरस्कार मिळवला...!' असे ओरडून सांगताना दिसला. संपूर्ण गाव कलाम-कुटुंबियांच्या हर्षोन्मादात तितक्याच प्रेमभराने सामील झालेले त्यांना दिसले. काही क्षणांतच, खुद्द डॉ. अब्दुल कलामही तेथे पोचले. गावकऱ्यांनी त्यांना खांद्यावर उचलून घेतले, मिरवत घरात पोचवले. मातोश्रींनी त्यांना मिठीत घेतले. वडिलांनी त्यांच्या केसातून आपला प्रेमळ हात फिरवला, पक्षी लक्ष्मण शास्त्रींनी त्यांच्या कपाळी कुंकुमतिलक रेखाटला, फादर सालोमनने खांद्यावर क्रॉसची खूण केली. त्या दोन्ही धर्माचार्यांचे आशीर्वाद घेताना अब्दुल कलामांच्या शरीरातून कसलीतरी अनामिक लहर निघून गेली. अब्दुल कलाम भारावून गेले त्या उत्स्फूर्त, उल्हसित स्वागताने. काही वेळाने त्यांच्या भगिनींनी - जोहराने - खास त्यांच्या आवडीची मिठाई खिलवून त्यांचे तोंड गोड केले. सारे जिकडे तिकडे गेल्यानंतर डॉ. कलाम स्वस्थ डोळे मिटून बसले. पाहतात तर दिसले स्व. डॉ विक्रम साराभाई! त्यांच्याकडे कौतुकाने पाहताना त्यांच्या चेहऱ्यावरचे हसू आणि भाव त्यांना आपल्या चेल्याबद्दल वाटणाऱ्या अभिमानाने विलसत होते. त्या अंतर्दृश्याने, त्या सुखद स्वप्नमालिकेने पद्मविभूषण डॉ. ए. पी. जे. अब्दुल कलाम इतके सुखावले की त्यांना त्रिवेंद्रमच्या १० × १२ च्या आपल्या खोलीचा विसर पडला. त्या स्वप्नातून जागच येऊ नये असे वाटले. पण शेवटी ते एक अंतर्मनावर चित्रित झालेले भ्रामक दृश्यच होते ना! कधी ना कधी ते विरणारच. त्याप्रमाणे झाले. डॉ. कलाम भानावर आले.

अशा प्रकारच्या लौकिक सन्मानांची फारशी मातब्बरी डॉ. कलामांसारख्या जातिवंत थोरांना फारशी नसते. तरीही उपचार म्हणून त्यांचा उल्लेख करणे आवश्यक आहे. १९९०मध्ये, जाधवपूर विद्यापीठाने व १९९१मध्ये मुंबईच्या इंडियन इन्स्टिट्यूट ऑफ टेक्नॉलॉजीने त्यांना मानद डॉक्टरेट देऊन त्यांचा सन्मान केला.

८ डिसेंबर २०००ला नव्या दिल्लीच्या इंडियन नॅशनल ॲकाडमी ऑफ इंजिनियरिंग या संस्थेच्या वार्षिक समारंभात त्यांना 'लाईफ-टाईम कॉन्ट्रिब्यूशन ॲवार्ड इन इंजिनियरिंग २०००' देऊन त्यांच्या जीवनदानी उल्लेखनीय कामगिरीचा गौरव करण्यात आला.

माणसाच्या कामाचे चीज अचानक झाले की तो नक्कीच खुलतो. डॉ. कलामना आनंदित करणारा हा एक प्रसंग. संरक्षणमंत्री आर. व्यंकटरामन यांच्या सूचनेप्रमाणे त्यांना लक्ष्यवेधी क्षेपणास्त्रांची एक सर्वंकष योजना १०/१२ तासात सादर करणे प्राप्त होते. क्षणभरही उसंत न घेता ते व त्यांचे वरिष्ठ डॉ. अरुणाचलम जेठा मारून बसले. संपूर्ण रात्र त्या व्यापात गेली. काम पूर्ण झाले आणि त्यांना अचानक त्या दिवशी संध्याकाळी रामेश्वरला असलेल्या त्यांच्या पुतणीच्या शादीची याद आली. पुतणी जमिला त्यांना मुलीपेक्षा जास्त जवळची होती. तिचे लग्न चुकणार या कल्पनेने ते सैरभैर झाले. पण परिस्थिती वेगळीच होती ना! 'आधी लग्न क्षेपणास्त्र-योजनेचे, मग जमिलाचे...' या निष्ठेने ते कामाला बसले होते. त्यांच्या मनातील अपराधी भावनेने उचल खाल्ली. तेथून पुढे रामेश्वरला पोचणे प्राप्त परिस्थितीत अशक्यच होते. 'जाऊ द्या...' म्हणत ते मंत्र्यांच्या ठरवलेल्या भेटीला गेले. भेट अपेक्षेपेक्षा फलदायी ठरली. त्यांनी सादर केलेल्या योजनेला मंत्र्यांनी मंजूरी दिली. रात्रभरच्या श्रमांचे सार्थक झाले. पण तिकडे जमिलाचे काय हा प्रश्न उरलाच. त्यांना भान राहिले नाही. त्यांनी डॉ. अरुणाचलमना त्याची कल्पना दिलेली होती. डॉ. अरुणाचलमनी संरक्षणमंत्र्यांना त्याबद्दल सांगितले आणि चमत्कार घडला. संरक्षणमंत्र्यांनी ताबडतोब हालचाल करून आदेश दिले - 'डॉ. कलाम रामेश्वरला वेळेत पोचतील हे पहा...!' मंत्र्यांकडून आलेल्या आदेशांचे योग्य ते पालन संबंधितांनी केले. आणि डॉ. कलामकाका त्यांच्या प्रिय पुतणीच्या लग्नमंडपात वेळेवर दाखल झाले. सगळे कसे झकास जमले. अब्दुलकाकांच्या वत्सल आशीर्वादाचा हात वैवाहिक जीवनात प्रवेश करणाऱ्या त्यांच्या कन्येसमान पुतणीच्या पाठीवरून प्रेमभराने

फिरत राहिला. दोघेही धन्य झाली.

डॉ. कलामांच्या ४३ वर्षांच्या वैज्ञानिक प्रवासात त्यांना जे कोणी साह्यभूत झाले त्यांच्याविषयी त्यांचा नामोल्लेख करून कृतज्ञता, कौतुक व्यक्त करणे हा त्यांच्या मनाचा एक मोठेपणाच आहे. त्या संदर्भातील काही निवडक चित्तथरारक घटनांचा हा मागोवा.

१९७९ ची गोष्ट. एस एल व्ही - ३ वर काम चालू होते. दुसऱ्या टप्प्यावरच्या नियंत्रक उपकरणाची चाचणी चालू होती. काऊंट डाऊनला आरंभ झाला. १०-९-८-७... असा. तो संपण्यापूर्वी एक त्रुटी लक्षात आली. काम करणारे सगळे हवालदिल झाले, कोठे बिघाड झाला हे तपासू लागले आणि अचानक तेथील ॲसिडची टाकी फुटली. त्या ज्वालाग्राही ॲसिडने सगळे पोळून, भाजून निघाले. त्यांना तात्काळ रुग्णालयात पाठवण्यात आले. त्यातला एकजण गंभीररीत्या भाजून निघाला होता. त्याच्या वेदना बघवत नव्हत्या. डॉ. कलाम त्याच्याजवळ रात्रभर बसून होते. पहाटे तो सहकारी शुद्धीवर आला. त्याच्या तोंडातून निघालेले पहिले शब्द होते - 'सर, फार वाईट झाले. अपघाताने आपला अमूल्य वेळ फुकट गेला. पण काळजी नका करू. मी तो भरून काढेन. अगदी नक्की!' त्याचे नाव होते शिवरामकृष्णन. डॉ. कलामांच्या काळजाचा त्या शब्दांनी तेव्हा घेतलेला ठाव आजही टिकून आहे, अगदी नावनिशीवार!

असाच आणखी एकजण - शिवकामीनाथन म्हणून. मोठा धाडसी, निर्भय माणूस! त्याच्यावर एक जोखीम टाकण्यात आली. रडारसाठी लागणारे एक महत्त्वाचे उपकरण त्रिवेंद्रमहून श्रीहरिकोटाला सुरक्षित घेऊन येण्याची. त्याचे झाले असे - त्रिवेंद्रमला तो ज्या विमानात बसला ते विमान मद्रासच्या विमानतळावर उतरताना धावपट्टीवरून घसरले. त्याने लगेच पेट घेतला. जिकडे तिकडे धूरच धूर झाला. आणीबाणीची दारे लगोलग उघडण्यात आली. माणसाला सर्वांत प्यारा स्वतःचा जीव असतो. तो वाचवण्यासाठी प्रत्येकजण धडपडू लागला. इकडे, शिवकामीनाथन त्याही परिस्थितीत

बिलकूल बिचकला नाही. त्याने प्रथम सामान ठेवलेल्या ठिकाणाकडे धाव घेतली. आपला 'सी बॅन्ड ट्रान्सपॉन्डर' शोधून काढला आणि तो सर्वांत शेवटी बाहेर पडला. ते उपकरण आपल्या छातीशी घट्ट धरून! त्याची ती कर्तव्यनिष्ठा आजही डॉ. कलामांकडून व्यक्त होणाऱ्या आपल्या सहकाऱ्यांबद्दलच्या कौतुकाचा विषय बनून राहिलेली आहे.

मिळालेल्या ऐहिक सार्वजनिक मान-सन्मानांपेक्षा डॉ. कलामांना या प्रकारच्या निष्ठांचे मोल अधिक वाटते. तीच गोष्ट त्यांना त्यांच्या वरिष्ठांकडून अप्रत्यक्षपणे लाभलेल्या प्रेरणांची.

भारतीय अवकाश संशोधन संस्थेत काम करत असताना संगणकाकडून मिळालेल्या सूचनेची फिकीर न करता भारताचा उपग्रह अवकाशात सोडण्यात आला पण दुर्दैवाने त्याची इतिश्री बंगालच्या उपसागराच्या तळाशी पोचण्यात झाली. त्यांचे स्वप्न तेवढ्यापुरते उद्ध्वस्त झाले. त्या कठीण प्रसंगात त्यांच्या वरिष्ठांनी प्रसारमाध्यमांच्या टीकात्मक तोफखान्याला तोंड देत त्या अपयशाची जबाबदारी प्रमुख या नात्याने स्वतःच्या शिरावर घेतली.

मात्र नंतरच्या वर्षात तेच रॉकेट यशस्वीरीत्या अवकाशात झेपावले तेव्हा त्याच प्रमुखांनी आपल्या संशोधक-संचाला वार्ताहरांच्या पुढ्यात उभे करून त्यांना श्रेयाचे धनी केले. ती घटना आनंददायी, उद्‌बोधक व अविस्मरणीय होती. आयुष्यात येणारे अपयश माणसाने एकट्याने पचवायचे असते. मात्र त्याचबरोबर प्राप्त झालेल्या यशात सर्वांना वाटेकरी करून घेण्यात हयगय करायची नसते हा पाठ त्यांना शिकायला मिळाला.

अशा एक ना अनेक व्यक्ती व प्रसंग डॉ. कलामांच्या आजवरच्या आयुष्यात आले. त्या अनुभवांच्या मुशीतून तावून सुलाखून निघत त्यांनी त्याचे बावनकशी सोने केले. आज ते एका अर्थाने तृप्त आहेत आणि तरीही अस्वस्थ आहेत आपल्या मातृभूमीच्या सांप्रतच्या अवस्थेबाबत!

♦

स्वप्नातील भारत

त्या अवस्थेतच डॉ. ए. पी. जे. अब्दुल कलाम भारताच्या भवितव्याचे स्वप्न पाहताना आपल्याला दिसतात. त्यांच्याच शब्दांत सांगायचे म्हणजे 'स्वप्ने वाऱ्याच्या एका उतावळ्या लहरीवर तरंगतात. त्या वायुलहरीला एक नवी राज्य व समाजव्यवस्था निर्माण करायची इच्छा असते. ती व्यवस्था ताकदीच्या बळावर आणि अग्निच्या प्रखरतेतून प्रकट होते...' स्व. साने गुरुजींसारख्या देशभक्तांनीही असेच स्वप्न रंगवले - 'बलसागर भारत होवो । विश्वात शोभूनी राहो!' स्वामी विवेकानंदांनी उच्चरवाने गर्जना केली - 'उत्तिष्ठत्! जाग्रत्! प्राप्यवरान्निबोधत्! उठा, बलसंपन्न व्हा, शूर व्हा! सामर्थ्य आणि सामर्थ्य हीच आजची गरज आहे. सामर्थ्य हेच जीवन. दुर्बलता हाच मृत्यू. उठा! धीट बना. बलसंपन्न व्हा. भारतास शूरवीर हवे आहेत. एखाद्या अभेद्य पहाडासारखे खंबीर बना. भारतास हवी आहे अमर्याद शक्ती, अमर्याद उत्साह, अमर्याद धार्ष्ट्य!...'

विख्यात जर्मन क्षेपणास्त्र-संशोधकाने दिलेला सल्ला शिरोधार्य मानून डॉ. कलामांनी अवकाश संशोधन हा आपला व्यवसाय बनू दिला नाही. ते संशोधन त्यांचा ध्यास, ध्येय व धर्म बनले. त्या अखंड, अविश्रांत परिश्रमांतूनच त्यांनी आपले यशोमंदिर उभे केले. संपूर्ण आयुष्यात त्यांनी आपल्या प्राणप्रिय भारतभूसाठी तीन स्वप्नपक्षी डौलात उडवले - स्वातंत्र्य, विकास आणि स्वाभिमान!

त्यांच्या मते, भारतीय इतिहासाच्या ३००० वर्षांत या देशावर संपूर्ण जगातून आक्रमणे झाली, आक्रमकांनी आपला भूप्रदेश बळकावला, आपल्या मानसिकतेला बंदिस्त केले. सारा देश लुटून नेला. जे आमचे म्हणून होते ते त्यांनी लांबवले. आणि तरीही

आम्ही दुसऱ्या कोणत्याही देशावर तसे काही केले नाही. कोणालाही जिंकून घेतले नाही. त्यांचा भूप्रदेश, त्यांची संस्कृती, त्यांचा इतिहास बळकावला नाही. आमची जीवनपद्धती त्यांच्यावर लादली नाही. का बरे? कारण, आम्हांला इतरांच्या स्वातंत्र्याबद्दल आदर वाटतो.

१८५७ ला भारताने प्रथम स्वातंत्र्याचे स्वप्न पाहिले. आपल्याला लाभलेल्या स्वातंत्र्याचे रक्षण करणे आपले परमकर्तव्य आहे. त्या स्वातंत्र्याची जोपासना करून त्याची बांधणी भक्कम करण्याची नितांत गरज आहे. यदाकदा आपण आपले स्वातंत्र्य गमावून बसलो तर आपण कोणाच्याही आदराला, मान-सन्मानाला पात्र ठरणार नाही. म्हणूनच मी प्रथम ते स्वप्न पाहतो.

त्यानंतर, क्रम लागतो राष्ट्र-विकासाचा! गेली ५० वर्षे आपण एक विकसनशील देश म्हणूनच जगत आहोत. आपण या अवस्थेतून कधी बाहेर पडणार आहोत? एक विकसित राष्ट्र म्हणून कधी ताठ मानेने वावरणार आहोत? या देशाच्या उत्पादनवाढीचा ठोक दर पाहता आपली गणना जगातील पहिल्या पाच देशांत होते. आपल्या बहुतांश क्षेत्रात शे. १० टक्के दराने त्यात वाढ होत असते.

आपल्या गरिबी-रेषेत घट होत आहे. आपण जे काही साध्य करत आहोत त्याला जागतिक पातळीवर मान्यता मिळत आहे. आणि तरीही आपण स्वतःकडे एक विकसित राष्ट्र - एक स्वयंपूर्ण, स्वयंसिद्ध राष्ट्र म्हणून पाहत नाही. आपण स्वतःला कमी लेखत आहोत. कारण आपल्याकडे आत्मविश्वासाचा अभाव आहे.

तिसरे स्वप्न आहे भारत जगात ताठ मानेने वावरत असताना पाहणे! त्याच्याकडे वाकडी नजर करून पाहण्याचे धाडस कोणीही करणार नाही अशी स्थिती त्याने प्राप्त करून घ्यायला हवी. हिंमतवान, बलवानच तत्समाचा आदर करतो. केवळ एक लष्करी सत्ता म्हणूनच नव्हे तर आर्थिक सत्ता म्हणून ही आपण बलाढ्य बनायला हवे. सैन्यबल आणि अर्थबळ या दोन्ही बाबींनी हातात हात घालून चालायला हवे.

सारांश, डॉ. ए. पी. जे. कलाम यांनी रेखाटलेल्या बलशाली

भारताच्या स्वप्नचित्राला तीन मिती आहेत. स्वातंत्र्य, विकास आणि स्वाभिमानातून निर्माण होणारे धाष्टर्य!

डॉ. कलामांच्या स्वप्नातील भारतात रोगमुक्तता, उच्च उत्पादकता, शांततामय सहजीवन आणि प्रबळ संरक्षणक्षमता यांना प्राधान्य मिळालेले आहे. त्यासाठी या देशातील एक अब्ज लोक आणि त्या लोकसंख्येतील शक्तिशाली व सळसळती युवापिढी उत्साहाने, उमेदीने, उत्कंठेने पुढे येईल अशी त्यांची अपेक्षा आहे. 'कल करे सो आज कर, आज करे सो अब' - या संत कबीराच्या वचनातील सूत्राचा सर्वांनी स्वीकार करावा असे त्यांना वाटते. एक विकसित देश म्हणून जगाच्या पुढ्यात ताठपणे उभे ठाकायचे असेल तर त्यासाठी देशवासीयांच्या विविध क्षमतांचा सुयोग्य वापर करून घेण्याचा दृष्टिकोन सत्ताधीशांनी अंगी बाणवला पाहिजे असे ते म्हणतात.

डॉ. कलाम वेध घेत असलेल्या भविष्यकालीन भारतात धर्म निरपेक्षतेला सर्वोच्च स्थान आहे. आपल्या सांस्कृतिक सामर्थ्याचा तो गाभा आहे असे ते मानतात. या देशातील वैशिष्ट्यपूर्ण विविधांगी परंपरांचे पालन करणारांची मने शक्य तितक्या लवकर जुळावीत अशी त्यांची इच्छा आहे. गरिबी व बेरोजगारी यांचे निर्मूलन देशाच्या जलदगती विकासावर अवलंबून आहे. आणि म्हणूनच राष्ट्रीय सुरक्षा हा प्रत्येक भारतीयाच्या जिव्हाळ्याचा विषय बनला पाहिजे असे डॉ. कलाम मानतात. त्यासाठी त्यांची भिस्त देशातील युवकांना मुद्याधिष्ठित आणि अत्याधुनिक तंत्रज्ञानाची आवड निर्माण करणारे शिक्षण मिळण्यावर आहे. तशा प्रकारच्या शिक्षणक्रमातून देशाला सक्षम नेतृत्व मिळेल यावर त्यांचा विश्वास आहे. जेव्हा राजकीय नेते शहाणपणाची धोरणे आखून सर्व देशवासीयांना वेगळी ताकद देतात तेव्हाच देश भरभराटीला येतो यावर त्यांची गाढ श्रद्धा आहे. सामाजिक स्थैर्याची जबाबदारी भारतीय महिला अवश्य सांभाळतील अशी त्यांची धारणा आहे. मात्र त्यासाठी त्यांना सक्षम बनवण्यासाठी निष्ठापूर्वक प्रयत्नांची गरज आहे,

असे त्यांना वाटते.

अगदी सुरुवातीपासूनच डॉ. कलाम देशाच्या युवाशक्तीवर, तिच्या संवर्धनावर लक्ष ठेवून आहेत. म्हणूनच आपल्या संशोधन कार्यांत अधिकाधिक तरुण शास्त्रज्ञांना सामावून घेण्याकडे त्यांचा कटाक्ष होता. राष्ट्राचा विकास ही आपली एक बांधिलकी आहे असे त्यांच्या मनावर ठसवण्याची जबाबदारी सर्वांची आहे. तरुणाई एकदा का सिद्ध झाली की भारताचे उज्ज्वल भवितव्य साकार झालेच समजा, असे स्वप्न डॉ. कलाम रात्रंदिन पाहतात.

स्वातंत्र्य चळवळीनंतर या देशात आणखी एक देशव्यापी चळवळ उभी रहावी, तीत एकूण एक भारतीय सामील व्हावा असे त्यांना वाटते. कारण, त्या चळवळीत प्रत्येकासाठी काम आहे. त्या चळवळीची त्यांनी निर्धारित केलेली निवडक पाच प्रमुख अंगे अशी आहेत -

१. कृषी उत्पादन व अन्नधान्य प्रक्रिया
२. संपूर्ण देशासाठी विश्वसनीय आणि प्रमाणित वीजपुरवठा
३. शिक्षण आणि आरोग्य रक्षण
४. माहिती तंत्रविज्ञान आणि
५. लष्करी डावपेचाची क्षेत्रे.

देशाची सुरक्षा, अन्नधान्याची समृद्धी आणि आर्थिक सुबत्ता प्राप्त करून घेण्यासाठी या पाचही दिशांनी वाटचाल करावी लागेल. ते मार्ग भिन्न असले तरी त्यांचे अंतिम उद्दिष्ट एकच आहे. राष्ट्रासमोर चित्रित केलेल्या या स्वप्नांची पूर्तता करण्यासाठी देशातील सर्व थरांवरच्या स्त्री-पुरुषांना आपापले योगदान करण्यासाठी त्यात भरपूर वाव आहे याची त्यांना खात्री वाटते आणि म्हणूनच ते आपले 'तरुणाईचे गीत' सादर करतात —

'या भारतभूचा मी एक छोटा नागरिक
तंत्र, ज्ञान व देशावरचं प्रेम हे माझं शस्त्र...
मला ठाउक आहे की छोटं ध्येय हाही गुन्हाच एक...
मी गाळीन घाम त्या महान स्वप्नपूर्तीसाठी...
स्वप्न... भारताला विकसित देश करण्याचे —

जेथे असेल आर्थिक ताकद अन् मूल्यांचे मोल...
मी या देशाच्या अब्ज नागरिकांपैकी एक ...
केवळ हे स्वप्नच अब्जावधी आत्मे प्रज्वलित करेल–
आणि असा प्रत्येक प्रज्वलित आत्मा जगातला
सर्वश्रेष्ठ शक्तिमान स्त्रोत असेल...
मी हा ज्ञानदीप सदैव तेवत ठेवेन
विकसित भारताचे स्वप्न साकार करेन ...

एकदा आपल्या एका व्याख्यानानंतर इमारतीतून बाहेर पडणाऱ्या डॉ. कलामना त्या व्याख्यानाने प्रभावित झालेल्या विद्यार्थ्यांचा एक गट भेटला. त्यातला एकजण म्हणाला – 'डॉ. कलामजी, मला वैज्ञानिक व्हायचे आहे.' डॉ. कलामनी त्याला कागदाचा तुकडा व पेन काढायला सांगितले व म्हटले - 'घे लिहून मी सांगतो ते - 'स्वप्न, स्वप्न, स्वप्न पहा! विचार, विचार, विचार करा! आणि नंतर तो विचार कृतीत, कृतीत, कृतीत आणा. कळलं ना? चला!'

डॉ. ए. पी. जे. अब्दुल कलाम अहर्निश पाहत असलेले भारताच्या उज्ज्वल भवितव्याचे हे स्वप्न प्रत्यक्षात आणण्याची जबाबदारी तुमची, आमची, सर्वांची आहे.

♦

संन्यस्त कर्मयोगी

राष्ट्रपती डॉ. ए. पी. जे तथा अब्दुल पाकिर जैनुलबदीन अब्दुल कलाम यांच्या ७० वर्षांच्या गौरवशाली आयुष्याचा आपल्या परीने आढावा घेतल्यानंतर त्यांचा निरोप घेताना आता त्यांच्या सर्वगुणसंपन्न, सत्वशील आणि सर्वांगसुंदर व्यक्तिमत्त्वाचा अंतिम वेध घेण्याचा प्रयत्न करू या.

गुरुवार, दि. २५ जुलै २००२ या शुभदिनी सकाळी साधारण दहा वाजता डॉ. कलाम राष्ट्रपतिपदावर विधीवत आसनस्थ झाले आणि संपूर्ण देश हर्षोत्फुल्ल झाला. भारताच्या स्वातंत्र्यकालीन इतिहासात प्रथमच जनसामान्यांना सुखावणारी घटना घडून आली. सगळे कसे अकल्पितरीत्या घडले होते. अगदी चमत्कार म्हणावा असे! त्या निमित्ताने भारताच्या वैभवशाली प्राचीन महान परंपरांना वेगळा उजाळा मिळाला. स्वर्गस्थ देवदेवतांनी पुष्पवृष्टी करावी असा तो मंगल क्षण होता. डॉ. कलामांच्या अधिकारग्रहणाचा आनंद आपल्याभवती चैतन्य रूपात वावरणाऱ्या, भारताच्या भवितव्याची सतत चिंता वाहून राष्ट्रकार्यात आपले संपूर्ण आयुष्य व्यतीत केलेल्या ज्ञात व अज्ञात देशभक्तांना, तत्वचिंतकांना, समाजसेवकांना, विचारवंतांना, हुतात्म्यांना, महात्म्यांना आणि सत्पुरुषांना निःसंशय झाला असेल अशी आमची खात्री आहे. कारण, डॉ. कलाम यांची जातकुळीच सर्वार्थाने त्यांच्या इतर पूर्वसुरींपेक्षा निखालस वेगळी आहे.

त्या जातकुळीचे मूळ पुराणकालीन तीर्थक्षेत्र रामेश्वर या त्यांच्या जन्मगावाच्या मातीत आपल्याला सापडेल. त्या तीर्थक्षेत्रातील पवित्र, प्राचीन मातीचा वाण व गुण दोन्ही त्यांना त्यांच्या बालवयातच मोठ्या प्रमाणात लागला असावा. मेहुणा जलालुद्दीनच्या रूपाने त्यांना असा एक जिवलग सखा लाभला ज्याने बाल अब्दुलच्या

जन्मजात आध्यात्मिक, धार्मिक, आत्मिक सामर्थ्याच्या ज्योतींना व्यवस्थित प्रज्वलित केले. आपल्याबरोबर सागरतीरावर फिरायला घेऊन जाताना प्रथम शिवालयाला प्रदक्षिणा घालण्याची शिकवण दिली. मंदिर-मस्जिद एकच असतात हा पाठ दिला. डॉ. कलाम स्वतःच सांगतात - 'प्रदक्षिणा घालताना माझ्या शरीरातून एका अनामिक ऊर्जेची लहर प्रवाहित होत असल्याची जाणीव मला होई...!' त्याचा अर्थ काय घ्यायचा?

जन्माने, कुळाचाराने एक श्रद्धावान मुसलमान असलेल्या डॉ. कलामांच्या बालवयातच सर्वधर्मसमभावाची शिकवण त्यांना मिळाली. त्यांनी ती आत्मसात केली. आपल्या धार्मिक भावना, कल्पना पवित्र रामेश्वराच्या अथांग सागराइतक्या विस्तृत व विशाल केल्या. जलालुद्दीनप्रमाणेच पिताश्री जैनुलबदीनही तितकेच कारणीभूत ठरले. चिरंजीवाना नित्यनेमे नमाजासाठी घेऊन जाण्यामागचा त्यांचा आंतरिक उद्देश एकच होता; त्याला प्रार्थनेत वसत असलेल्या शक्तीची जाणीव करून देण्याचा. त्या योगे त्या अगाध दैवी विश्वशक्तीशी एकरूप होता येते हे त्याच्या मनावर बिंबवण्याचा! रामेश्वरातील एकूण धार्मिक व सामाजिक वातावरण मुळातच पावित्र्य व समत्व सांभाळणारे होते. त्यामुळे रामेश्वर मंदिराचे मुख्य उपाध्याय पक्षी लक्ष्मणशास्त्री आणि डॉ. कलामांचे वडील एकमेकांचे चांगले मित्र होते. त्या दोघांनी आपापल्या धार्मिक परंपरा नीट जोपासलेल्या होत्या. त्या उभयतांचे पारंपरिक पोषाखातील दर्शन आणि आध्यात्मिक व तात्विक विषयांवरील स्नेहपूर्ण विवेचन यांनीही बाल अब्दुल प्रभावित झाला. त्याला वेगळी समज आली. बालवयात झालेले ते सुसंस्कार आजही तितक्याच दृढतेने त्यांच्या व्यक्तिमत्त्वात वास करत आहेत. ते आपल्याला 'ना मुसलमान, ना हिंदू, ना ख्रिस्ती' मानतात. त्या संकुचित कल्पनांचे त्यांनी केव्हाच दफन केलेले आहे.

आणि म्हणूनच डॉ. अब्दुल कलाम, या क्षणी, वंदनीय स्वामी विवेकानंदांना अभिप्रेत असलेल्या भारतीय व्यक्तित्त्वाचे एक चालते बोलते मूर्तिमंत प्रतीक आहेत. त्यांची शरीरसंपदा इस्लामी आहे,

त्यांचा मेंदू वेदांती आहे, त्यांचे मन ख्रिस्ती आहे. त्या प्रत्येक धर्मातील जे जे उत्तम, उदात्त आणि उन्नत आहे, ते ते त्यांच्या ठायी पूर्णांशाने एकवटलेले आहे.

डॉ. कलामांच्या आयुष्याचा संकलित वेध घेताना आणखी एक सत्य प्रकर्षाने जाणवते. त्यांची जडण घडण तशी बाळबोध चाकोरीबद्ध मार्गानेच झाली. घरच्या लोकांनी आपल्या मर्यादित कुवतीच्या बळावर त्यांचे शिक्षण पूर्ण केले. त्यात कसलीही कसर बाकी ठेवली नाही. त्यांच्या सुदैवाने त्यांच्या शिक्षणकाळात त्यांनी आपल्या गुरुजनांचे प्रेम, पाठिंबा व प्रोत्साहन भरपूर मिळवले. आपल्या बुद्धिमत्तेने, प्रज्ञेने, परिश्रमाने, ध्येयनिष्ठेने त्यांना प्रभावित केले. शैक्षणिक प्रगतीचा प्रत्येक टप्पा त्यांनी लीलया पार केला.

शिक्षणाप्रमाणेच त्यांचे व्यावसायिक आयुष्यही तितकेच धोपटमार्गाने गेले. त्या क्षेत्रातही त्यांना तितक्याच तोलाचे वरिष्ठ भेटले. त्यांनीही त्यांना योग्य ते मार्गदर्शन व प्रोत्साहन दिले. त्यांच्यासाठी योग्य वेळी, योग्य संधी देऊन त्यांच्या कर्तृत्व व नेतृत्व गुणांना भरपूर वाव दिला.

मिळालेल्या प्रत्येक संधीचे सोने करण्याची ताकद डॉ. कलामांना कोणी दिली? त्यांच्या अंतर्मनात लहानपणापासून वास करत असलेल्या परमेश्वरी शक्तीने! एकदा का कामाला बसले की त्यांचे देहभान हरपून जात असे. भोवतालच्या वातावरणातून वावरणारे विविध ऊर्जाप्रवाह त्यांच्या शरीरात संचार करत. ती ईश्वरी शक्ती, ती दैवी कृपा त्यांना एका वेगळ्या प्रकारच्या उन्मनी अवस्थेत घेऊन जात असे. त्यांच्या नवोन्मेषशाली वैज्ञानिक प्रज्ञेसाठी एकाच वेळी सगळी कवाडे आपोआप खुली होत. त्याच्या अंतरीचा भाव जाणून राम-रहीम आपले मनोरथ पूर्ण करत आहेत अशी त्यांची भावना बनत असे. तो अलौकिक, आध्यात्मिक संज्ञाप्रवाह जसजसा वाढत जाई तसतसे त्यांच्यासमोरचे संशोधन कार्य पूर्णत्वाला जात असे.

त्या संदर्भात, डॉ. कलामांनी वर्णन केलेला एक प्रसंग अतिशय वेधक, बोधप्रद व हृदयस्पर्शी आहे. त्यातील संयोग कमालीचा विलक्षण आहे.

एस. एल. व्ही - ३ च्या ॲपाजी अग्निबाणाच्या बांधणीचे काम चालू होते. त्याची चाचणी फ्रान्समध्ये घ्यावी लागणार होती. कारण, त्या बनावटीसाठी फ्रान्सकडून विकसित तंत्रज्ञान घेतलेले होते. डॉ. कलाम त्यासाठी फ्रान्सला जायला निघणार इतक्यात त्यांच्या कानावर त्यांच्या पूज्य मातोश्रींच्या दुःखद निधनाची बातमी पडली. आपल्या प्राणप्रिय जीवनसाथीचे - डॉ. कलामांच्या पिताश्रींचे निधन होऊन फार दिवस झाले नव्हते. त्या धक्क्यातून मातोश्री आशियम्मा सावरल्या नाहीतच. डॉ. कलामनी आपले प्रयाण ताबडतोब रद्द केले आणि ते आपल्या वत्सल मातेच्या अंत्यदर्शनासाठी रामेश्वरला गेले. अंत्यविधी आटोपून शोकग्रस्त मंडळी मशिदीत प्रार्थनेसाठी गेली. सगळेजण स्तब्ध बसून मरहूम आशियम्मासाठी दुवा मागत होते. सर्वत्र शांतता पसरलेली होती. त्या नीरव, पवित्र वातावरणात डॉ. कलामांच्या आतल्या आवाजाने साद घातली —

'अरे, त्या प्रत्येकाने त्यांना नेमून दिलेले जीवितकार्य अतिशय काळजीपूर्वक पार पाडलेले आहे. त्यांचा समर्पणभाव, त्यांची प्रामाणिकता, कळकळ अपूर्व होती. आता ते माझ्याकडे सुखरूप परतले आहेत. त्यांचे आयुष्य सार्थकी लागलेले आहे. त्यांना जे मिळवायचे होते ते त्यांनी मिळवलेले आहे. अशा त्यांच्या दृष्टीने उगवलेल्या या शुभदिनी तू शोक का करत आहेस? तुझ्यासमोर उभी ठाकलेली आव्हाने स्वीकारून तुझी विहित कार्ये पुरी करण्यावर लक्ष केन्द्रित कर. तुझ्या देदीप्यमान कार्यपूर्तीतून माझ्या वैभवाची तुतारी फुंक... चल, उठ, सिद्ध हो!'

स्वामी विवेकानंद म्हणतात - 'अहं ब्रह्मास्मि! प्रत्येक माणूस ईश्वराचा अंश आहे!' डॉ. कलामांचे संपूर्ण आयुष्य त्या वचनाची प्रचीती सर्वार्थाने आणून देते. त्यांचे सर्व संकल्प ईश्वरप्रणित होते व त्यांची पूर्तीही तशीच होती. ते पाहिले की एक विचार मनात येतो, डॉ. अब्दुल कलाम एक शापभ्रष्ट योगी तर नसावेत? त्यांनी घालून दिलेले आदर्श दुसरे काय दाखवतात? त्यासाठी

एक नजर त्यांच्या व्यक्तिगत जीवनावर टाकली तर सर्व काही स्पष्ट होईल.

एका १० × १२ च्या खोलीत त्यांनी आपला संसार थाटला. स्वत:ला वैवाहिक बंधनांत गुंतवून घेतले नाही. कसल्याही ऐषआरामांच्या, व्यसनांच्या आहारी ते गेलेले नाहीत. शुद्ध शाकाहारी जेवण हाच त्यांचा आहार आहे. दीन दुबळ्यांविषयी त्यांना कणव आहे. बालकांवर ते मनस्वी प्रेम करतात. तरुणाई तर त्यांच्या आशावादाचा मूलाधार आहे. लहानपणी एस. टी. आर. माणिकम या एका राष्ट्राभिमानी क्रांतिकारकाच्या घरातील पुस्तकांच्या संग्रहावर पोसलेल्या त्यांच्या साहित्यिक व वैचारिक पिंडाला वेळोवेळी महन्मधुर फळे आलेली आहेत. त्यांचे कविमन सदाबहार आहे. वीणा वादनात रंगून जाण्याची रसिकता त्यांनी जाणीवपूर्वक जपलेली आहे. त्यांचा ग्रंथसंग्रह प्रचंड आहे. त्यांचे वाचन अफाट व अद्ययावत आहे. स्वामी त्यागराजांच्या रागदारीवर ते कमालीचे लुब्ध आहेत. इतकेच नाही तर डॉ. कलामांच्या नावावर एक काव्य संग्रहही प्रसिद्ध झालेला आहे. त्या तामिळी काव्यसंग्रहाचे - येनुदाया प्रयाणा - इंग्रजीत होणारे भाषांतर My Journey या शीर्षकाखाली प्रकाशित झालेले आहे.

असे हे विविधांगी, चतुरस्त्र व्यक्तिमत्त्व सदैव फुलत ठेवण्याचे महत्कार्य त्याच्या पाठीशी ठामपणे उभ्या असलेल्या ईश्वरी शक्तीखेरीज इतरांचे असू शकते का? खुद्द डॉ. कलामांची तर त्यावर नितांत श्रद्धा आहे. म्हणूनच तर ते निर्भय, निश्चिंत, निवांत, निरार्त होऊन आपले चित्त त्याच्याकडे लावतात. आपल्या संपूर्ण आयुष्यात त्यांना अहंकाराचा वारा लागलेला नाही, आपल्या कर्तृत्वाचा माज त्यांना चढलेला नाही, आपल्या विहित कर्म-फलाठायी त्यांनी आसक्ती ठेवलेली नाही, जे जे हातून घडले ते ते त्यांनी विनम्रपणे मातृभूमीच्या चरणी अर्पण केले. आज वयाच्या ७१ व्या वर्षीही इतकी सगळी महान कर्मे करून ते निरामय जीवन जगत आहेत. त्यांच्या या निष्काम कर्मांमुळेच त्यांना संन्यासाचे फळ अनायासे मिळत आहे.

डॉ. कलाम एक द्रष्टे संशोधक तर आहेतच पण एका परीने सत्पुरुषही आहेत. ते स्वत:ला रामभक्त म्हणवतात. श्रीमत् भगवद्गीता व पवित्र कुराण या दोन्ही ग्रंथांना पूज्य मानून त्यानुसार आचरण करतात. म्हणूनच आम्ही त्यांना ठामपणे एक संन्यस्त कर्मयोगी म्हणत आहोत.

आपल्या विशुद्ध, विदेही अस्तित्वाने त्यांनी भारताच्या महान वैदिक परंपरांना, वेदकालीन ऋषी-मुनींच्या चिरंतन स्मृतींना नवी जाग आणलेली आहे. इतकेच काय पण त्यांचा विपुल व वैशिष्ट्यपूर्ण केशसंभारही त्याची सुरेख साक्ष देतो. महर्षी विश्वामित्रांनी आपल्या तपोबळाच्या सामर्थ्यावर देवादिकांची दाणादाण उडवली, प्रतिसृष्टी निर्माण केली. डॉ. कलामांनी आपल्या ज्ञानबळावर भारताला सामर्थ्यशाली क्षेपणास्त्रांचे दान केले. महर्षी कण्वमुनींनी शकुंतलेवर, महर्षी वाल्मीकींनी सीतेवर आपल्या ममत्त्वाचे छत्र धरले. डॉ. कलामांनी शालेय मुलेमुली व सळसळती युवा शक्ती यांना प्रेरणा देण्याचे महत्कार्य आरंभले, भगवान श्रीकृष्णांनी अर्जुनाला 'मामनुस्मर युध्यच!' असा आदेश दिला. डॉ. कलामांनी भारताला जगातील एक बलशाली, विकसित राष्ट्र बनवण्याची कळकळीने साद घातली. २१ व्या शतकातील या संन्यस्त कर्मयोग्याची ही मनीषा पूर्ण झालेली डोळे भरून पाहण्याइतपत दीर्घायुष्य त्याला लाभावे हीच समस्त देशवासीयांची देवाकडे भावपूर्ण प्रार्थना आहे.

अलीकडच्या काळात महाराष्ट्रात स्वामी स्वरुपानंद (पावस) (१९०३-१९७४) हे एक साक्षात्कारी सिद्ध पुरुष होऊन गेले. त्यांच्या साधकावस्थेतील भाव-विलासी काव्यपंक्तीचा उल्लेख करून ही चरितकहाणी येथेच संपवतो.

'सुहास्य वदन, प्रसन्न दर्शन, निर्मल अंत:करण ।
मित मधु भाषण, शुद्ध मन तथा सदैव सत्याचरण ।
एवं षट्विध सज्जन-लक्षण अंगि बाणता पूर्ण ।
होतो वश परमेश, वाहतो जगदंबेची आण - ॥

(अमृतधारा : साकी ९६-९७)

राष्ट्रपती डॉ. ए. पी. जे. अब्दुल कलाम यांनी आपल्या अंगी ही सर्व लक्षणे पूर्ण बाणवल्यामुळे त्यांना परमेश्वर नक्की वश झालेला आहे याची खात्री त्यांच्या चरित् कहाणीवरून अवश्य मिळते.

♦

www.ingramcontent.com/pod-product-compliance
Lightning Source LLC
LaVergne TN
LVHW032334220825
819400LV00041B/1368
* 9 7 8 8 1 7 7 6 6 4 0 7 2 *